ஸ்ரீ சக்ரம்

ஸ்ரீ சக்ரம்

ஸ்ரீ கோவிந்தராஜன்

ஸ்ரீ சக்ரம்
Sri Chakram
Sri Govindarajan ©

First Edition: June 2008
120 Pages

ISBN: 978-81-8368-840-6
Title No: Kizhakku 835

Kizhakku Pathippagam
177/103, First Floor,
Ambal's Building, Lloyds Road
Royapettah, Chennai 600 014.
Ph: +91-44-4200-9603

Email : support@nhm.in
Website : www.nhm.in

Kizhakku Pathippagam is an imprint of New Horizon Media Private Limited

மனம் மகிழட்டும்

- உலகமெல்லாம் நிறைந்த பரம்பொருளே!
எல்லா உயிரும் நீயே
எல்லா செல்வங்களும் நீயே
உனது அருள் எப்போதும் எங்களைக்
காத்து நிற்கிறது
இந்த உண்மையை நாங்கள் உணர
அருள்புரிவாய்.

- பசிக்கு உணவு ஆவாய்
பருகும் நீர் ஆவாய்
நோய்க்கு மருந்தாவாய்

- இருள்போக்கும் ஒளியே
வறுமை நீக்கும் செல்வமே
வாழ்வும் வளமும்
உனது நன்கொடைகள்
அன்பும் அறனும் உனது
அற்புதப் படைப்புகள்

- பிரபஞ்சமே, மகாசக்தியே!
உன்னில் பிறந்து
உன்னில் வளரும் எங்களை
உன்னதமாக்கி அருள்புரிவாய்!

உள்ளே...

இந்து சமய வழிபாட்டு முறைகளில் திருவுருவங்களை வைத்து வழிபடுவது ஒரு முறை. யந்திரங்கள் என்று சொல்லப்படும் சக்ரங்களை வைத்து வழிபடுவது மற்றொரு முறை.

குறுக்கும் நெடுக்குமாக வட்டம், சதுரம், முக்கோணம் போன்ற கட்டங் களை வரைந்து, அந்தக் கட்டங்களுக்கு இடையே எழுத்துகளை எழுதி வைத்து, அதை இறைவடிவமாக வழி படுவதே சக்ர வழிபாடு எனப்படும்.

பொதுவாக எழுத்துகளுக்குத் தெய்வீக ஆற்றல் உண்டு என்பதுதான் சக்ர வழி பாட்டின் அடிப்படை ஆதாரமாகும். நமக்கு எவ்விதச் சக்தியை உருவாக்க வேண்டுமோ அதற்குத் தகுந்தாற்போல கட்டங்களை வரைந்து, அதன் அடிப் படையில் தேவையான எழுத்துகளை அமைக்கலாம்.

தலைவாசல்

இவ்வாறு எழுதப்படும் யந்திரத்தை தேவைக்கேற்ப உலோகத்தகடுகள், மரம், பலகை, கற்பலகை ஆகிய வற்றில் வரைந்து வழிபடலாம். உயர்ந்த நோக்கத்துடன் பூஜிப்பதற்காக அமைக்கப்படும் சக்ரம் தங்கத்தகடு களில் அல்லது வெள்ளித்தகடுகளில் வரையப்படும்.

செல்வம் சேரவும் வியாபாரம் பெருகவும் பூஜிக்கப்படும் சக்ரங்கள் முறையே தன ஆகர்ஷண சக்ரம், ஜன ஆகர்ஷணசக்ரம் எனப்படும்.

இவை தங்கத்தில் அமைக்கப்படுகின்றன. இறைவனின் திருவுருவங்களின் கீழ் அமைக்கப்படும் சக்ரங்கள் செப்புத்தகட்டில் வரையப்படுகின்றன.

பிறருக்குத் துன்பம் விளைவித்தல் அல்லது மரணம் போன்ற செயல்களுக்கு என்று செய்யப்படும் பூஜைகளுக்கு வேப்பம் பலகை, பலாசபலகை ஆகியவற்றில் சக்ரங்கள் அமைக்கப் படுகின்றன. நாட்டுப்புறங்களிலும் மாடு, கன்று ஆகிய வற்றுக்கு நோய் வராமல் இருக்க ஊர் சந்நிதியில் கற்பலகை யில் சக்ரங்களைச் செதுக்கிவைத்து வழிபடுகின்றனர்.

பெருந்தெய்வ வழிபாட்டில் சக்ரங்கள் முக்கிய இடம் பெறுகின்றன. சைவசமயம் பலவித சக்ரங்களை ஏற்றுக் கொண்டாலும், நடைமுறையில் அவற்றை சிவன் கோயில் களில் வைத்து வழிபடுவது பொதுவாக வழக்கத்தில் இல்லை. ஆனால், அம்பிகை வழிபாட்டில் சக்ரம் முக்கிய இடத்தைப் பெற்றுள்ளது.

அம்பிகை சக்ர வடிவாகவே திகழ்பவளாகவும் சக்ரத்தில் உறைபவளாகவும் தேவி உபாசகர்களால் பூஜிக்கப் படுகிறாள். அபிராமி அந்தாதி, 'ஒளிர்கின்ற கோணங்கள் ஒன்பதும் மேவி உறைபவளே' என்று அம்பிகை சக்ரத்தில் உறைவதைக் குறிப்பிடுகிறது.

மாங்காட்டில் காமாட்சி அம்மன் சந்நிதியில் அம்மன் சிலைக்கு முன்பு ஒரு மேடைமீது வரையப்பட்ட ஒன்றரை மீட்டர் சதுரப் பரப்புள்ள சக்ரத்துக்கு வழிபாடு நடக்கிறது. முருகன் வழிபாட்டிலும் சக்ரம் முக்கிய இடத்தைப் பெற்றுள்ளது. 'சண்முக சடாட்சர யந்திரங்கள்' என்று இவை அழைக்கப்படுகின்றன.

சக்ரங்களைத் தனியாக நிலைப்படுத்தாமல் உரிய தெய்வங் களுடன் வைத்து வணங்கப்படும் நிலை தமிழகத்தில் பரவலாகக் காணப்படுகிறது. தில்லையம்பதியில் ரகசியம் என்று சொல்லப்படும் இடத்தில், திருவம்பலச்சக்ரம் என்ற

சிதாகாச சக்ரம் அமைத்து வழிபடப்பெறுகிறது.

சக்ரங்களை இறைவனின் ஆபரணமாகவும் அமைத்து வழி படும் முறையும் உள்ளது. திருவானைக்காவல் கோயிலில் உள்ள அகிலாண்டேஸ்வரியின் திருச்செவிகளில் விளங்கும் தோடுகளில் ஸ்ரீ சக்ரங்கள் பொறிக்கப்பட்டுள்ளன. தங்கத்தால் செய்யப்பட்ட இதன் கோடுகள் சிவப்புக் கல்லால் இழைக்கப்பட்டு விளங்குகிறது.

திருச்செந்தூர் முருகன் கோயிலில் முருகன் மார்பில் அணியும் பதக்கங்கள் அறுகோணமாக அமைக்கப் பட்டிருக்கின்றன. இவை சடாட்சரத்தை குறிப்பால் உணர்த்துகின்றன. திருவாரூர் தியாகராஜரின் மார்பிலும் ஒரு சக்ரம் அமைந்துள்ளது.

மகாமேரு

முதலில் சமப்பரப்பில் வரைந்து வழிபட்டதை விடுத்து, காலப்போக்கில் சக்ரங்களை அடுக்கடுக்காக அமைத்து வழிபடும் வழக்கம் வந்துவிட்டது. இவற்றுக்கு மகாமேரு என்று பெயர். இரண்டு அடுக்கான தாமரை பீடத்தின்மீது

கோணங்களை மட்டும் வரைவது அர்த்தமேரு என்று அழைக்கப்படுகிறது.

பின்னர் சக்ரங்களில் எழுத்துகள், கோடுகள் மட்டுமின்றி சில உருவங்களும் வரையப்பட்டன. சக்ரத்தின் நாற்புறமும் ஒரே மாதிரியாக இருப்பதால் தலைப்பாகத்தைக் குறிக்கும் வகையில் சூரியன், சந்திரன் முதலிய உருவங்கள் வரையப் பட்டன. வெளி முனைகளில் சூலம் வரையப்பட்டது.

திருமூலர்

திருமூலரின் திருமந்திரத்தில் சில சக்ரங்களுக்குள் சிவலிங்க உருவம் வரைய வேண்டிய முறை பற்றி குறிப்பிடப் பட்டுள்ளது. சங்கு, சக்ரம், தாமரை, ஸ்ரீவத்சம் முதலிய உருவங்களும் குறிப்பிடப்பட்டுள்ளன. திருமூலர் தனது திருமந்திரத்தில் தமக்கு முன்பிருந்தோர் சக்ரங்களை வரைந்தது பற்றிக் குறிப்பிட்டுள்ளார். இதிலிருந்து திருமூலர் காலத்துக்கு முன்பே சக்ர வழிபாடு இருந்தது என்ற விவரம் தெரியவருகிறது.

திருமூலர் 'திருவம்பலச் சக்ரம்', 'ஏரொளி சக்ரம்' முதலிய வற்றைப்பற்றிக் குறிப்பிடுகிறார். கந்தர் அனுபூதியில் 51 பாடல்களுக்கும், லலிதா சஹஸ்ர நாமத்துக்கு என 1008 சக்ரங்களும், சௌந்தர்யலஹரிக்கு 100 சக்ரங்களும் வரையப் பட்டு வழிபடும் வழக்கம் உள்ளது.

கிராமப்புறங்களில் சிறு தெய்வ வழிபாட்டில் சக்ரங்கள் முக்கிய இடம்பெறுகின்றன. இதை 'தகடு எழுதி வைப்பது' என்று கூறுவார்கள். மதுரை வீரன், பேச்சியப்பன் போன்ற தெய்வங்களுக்குத் தகடு எழுதிவைக்கும் பழக்கம் நெடு நாளாக இருந்து வருகிறது.

குலிசம்

கிராம மக்கள் தங்களுக்குத் தீமை நேராமலிருக்க, செப்புத் தகட்டில் மந்திரச்சக்ரம் எழுதி அதை தாயத்துள் வைத்து, கையிலும் மார்பிலும் இடுப்பிலும் கட்டிக்கொள்வார்கள்.

இவற்றைக் குலிசம் என்பார்கள்.

குலிசம் என்பது இந்திரனின் வஜ்ராயுதம் ஆகும். அவ்வாயுதம் மலைகளின் சிறகுகளை வெட்டியது. அது போல இதுவும் துன்பங்களைப் போக்கும் என்ற கருத்தில் இதையும் குலிசம் என்று கிராம மக்கள் கூறுகிறார்கள்.

சக்ரங்கள் பலவகைப்படும். தன ஆகர்ஷண சக்ரம், ஜன ஆகர்ஷண சக்ரம், துக்க நிவாரண சக்ரம், நவக்கிரக சாந்தி சக்ரம், வயிரவ சக்ரம், சரப சக்ரம் போன்றவை முக்கிய மானவை. சக்ரங்களில் பலவிதமான தேவர்கள் வாழ்வதாக ஐதீகம்.

ஸ்ரீ சக்ரம்

தேவிக்கு உரிய ஸ்ரீ சக்ரத்தில் அறுபத்து நான்கு யோகினியர் அதன் தாமரை இதழ்களில் காவலர்களாக விளங்குவதாக லலிதா சஹஸ்ரநாமம் கூறுகிறது. சிவன் சம்பந்தப்பட்ட சக்ரங்களுக்கு வைரவர் காவலராக விளங்குகிறார்.

வைணவம்

வைணவம் சம்பந்தப்பட்ட சக்ரங்கள் சுதர்சனர் பெயரால் வழங்கப்படுகிறது.

பிற மதங்களில்

நம் தமிழ்நாட்டு வழக்கப்படி கிறிஸ்தவர், இஸ்லாமியர்கூட சக்ர வழிபாட்டில் ஈடுபட்டுள்ளனர். இவர்கள் முறையே ரோமன், உருது எழுத்துகளைப் பயன்படுத்துகிறார்கள். பல உருதுச் சக்ரங்களில் முனைகளில் சூலம் வரையப் பட்டுள்ளது.

எண்கள்

நவக்கிரக யந்திரங்களில் வெறும் எண்கள் மட்டுமே இடம் பெற்றிருக்கின்றன. பஞ்சாங்கங்களில் தொடுகுறி சக்ரம், ராமர் சக்ரம், சீதை சக்ரம் போன்றவை வெறும் எண்களால்

நிரப்பப்பட்டு இருப்பதைப் பார்க்கலாம்.

உருவங்கள்

சில சக்ரங்களில் முழுவதும் உருவங்களே அமைக்கப் படுவதும் வழக்கத்தில் உள்ளது. இவையும் சக்ரங்கள் என்றே அழைக்கப்படுகின்றன. நடுவில் பெரிய தாமரையும், சுற்றிலும் சந்திரன், செவ்வாய், புதன், குரு, சுக்கிரன், சனி, ராகு, கேது ஆகிய எட்டுக்கோள்களும் இருக்க, பீடத்தில் பன்னிரண்டு ராசிகளும் செதுக்கப்பட்ட அமைப்பும் உள்ளது. இது சூரிய சக்ரம் அல்லது கமல யந்திரம் என்று அழைக்கப்படுகிறது. இதுவும் ஒருவகை நவக்கிரகமே ஆகும்.

ஆராய்ச்சியாளர் கருத்து

வீடுகளில் வரையப்படும் கோலங்களின் வளர்ச்சியே சக்ரவழிபாடாக மாறியது என்று ஆராய்ச்சியாளர்கள் கூறுகின்றனர். ஆனால், இன்று கோலங்களுக்குப் பதிலாக சக்ரங்களே சில வீடுகளில் பூஜையறையில் வரையப் படுகின்றன. ஹ்ருதயக்கமலம், காயத்ரி யந்திரம் ஆகியவை வரையப்படுகின்றன.

ஒவ்வொரு சக்ரத்துக்கும் என தனித்தனி மந்திரம், பூஜை முறைகள், நிவேதனப் பொருட்கள், பலன்கள் ஆகியவை உள்ளன.

நவீன உலகத்தில் யந்திரங்களுக்குப் பதிலாக ஸ்டிக்கர்கள் பயன்படுத்தப்படுகின்றன.

அம்பிகையும் ஈஸ்வரனும் அம்மை யப்பனாக அர்த்தநாரீஸ்வர கோலத்தில் சேர்ந்திருக்கிறார்கள். எப்படி சிவனுக் கும் சக்திக்கும் பேதம் இல்லையோ, அப்படியே சக்திக்கும் விஷ்ணுவுக்கும் பேதம் இல்லை.

சுத்தப் பரப்பிரம்மமானது மாயா வசத்தால் தர்மம் என்றும் தர்மி (தர்மத்தை உடையவன்) என்றும் இரண்டுவிதமாக ஏற்பட்டது. தர்மம் மறுபடியும் புருஷரூபமாகவும் ஸ்த்ரீ ரூபமாகவும் வடிவெடுத்தது புருஷரூப தர்மமானது விஷ்ணுரூபத்துடன் உலகங்களைக் காக்கிறதென்றும் ஸ்த்ரீரூப தர்மமானது பரமசிவனின் பத்தினியாக இருக்கிறதென்றும் இம் மூன்று ரூபமும் சேர்ந்து அகண்டமான பிரம்மமாக இருக்கிறதென்றும் சைவ ஆகமம் கூறுகிறது.

சிவசக்தியும் விஷ்ணுசக்தியும்

இதைப்பற்றி அப்பய்ய தீட்சிதர் தனது 'ரத்னத்ரய பரீக்ஷை' என்ற நூலில் விளக்கமாகச் சொல்லியுள்ளார். பரம சிவனுக்குக் கோரம், அகோரம் என்ற இரண்டு முகங்கள் உண்டென்றும், அதில் அகோரமான (அதாவது கோரம் இல்லாத) தக்ஷிணமுகமே பராசக்தி யாகிய அம்பாளுடையது என்றும் அதுவே விஷ்ணு என்றும் சொல்லப் பட்டுள்ளது. ஸ்ரீலலிதாசஹஸ்ர நாமத்தில் அம்பாள் - நாராயணி, கோவிந்த ரூபிணி, விஷ்ணு ரூபிணி, வைஷ்ணவி, முகுந்தா முதலான பெயர்

களால் அழைக்கப்படுகிறாள். மேலும் இவ்விருவருக்கும் மூலகாரணம் பரப்பிரம்மமானதால், உடன்பிறந்தவளாகப் பாவித்து அம்பாளை 'பத்மனாப சகோதரி' என்றும் கூறுவதுண்டு.

இவ்வாறு சிவன், சக்தி, விஷ்ணு என்ற இம்மூவர்களுக்கு இடையே வேற்றுமை இல்லை என்பதும் இதன் மூலம் வலியுறுத்தப்படுகிறது.

ஜகன்மாதாவான ஆதிபராசக்திதான் பிரம்மா, விஷ்ணு, சிவன் ஆகிய தெய்வங்களைப் படைத்தாள் என்கிறது தேவிபாகவதம். சக்தி வழிபாடு என்பது தொன்றுதொட்டு பாரதநாட்டில் இருந்து வரும் மரபு.

அன்னை பராசக்திக்கு ஆயிரமாயிரம் நாமங்கள், மாகாளி, சாமுண்டீஸ்வரி, உமை, பார்வதி, மீனாட்சி, காமாட்சி, விசாலாட்சி, நீலாயதாட்சி, கருமாரி, முத்துமாரி, மாரியம்மன், பகவதி, வைஷ்ணவி, பைரவி, மகாலட்சுமி, அஷ்டலட்சுமி என்ற பல்வேறு பெயர் களால் மக்கள் வழிபடும் தெய்வ சக்தியாக அருள் பாலிக்கிறாள்.

உறவுநிலைகளில் தாய் என்பது எல்லா உயிர்களையும் முதலில் ஈர்க்கும் சக்தி யாகும். 'மாத்ரு தேவோ பவ' என்கிறது உபநிடதம். 'அன்னையும் பிதாவும் முன்னறி தெய்வம்', 'தாயிற் சிறந்த கோயிலும் இல்லை' என்ற பழமொழி களும் உள்ளன. 'பெற்ற தாயும் பிறந்த பொன்னாடும் நற்றவ வானினும் நனி சிறந்ததுவே' என்கிறார் பாரதியார்.

சக்தி வழிபாடு

சக்தியே எல்லாமாகவும் விளங்குகிறது என்கிறது ஸ்வேதாஸ்வதார உபநிஷத்.

அதாவது சர்வம் சக்தி மயம்.

சக்தி தேவியானவள் பத்து மகா வித்தைகளாகவும் ஐம்பத்தொரு புனிதத்தலங்களில் வெவ்வேறு

வடிவங்களாகவும் காட்சியளிக்கிறாள் என தாந்த்ரீகர்கள் கூறுகின்றனர்.

ஒரு தாயிடம் இயற்கையாகவே பல பண்புகள் நிறைந்து உள்ளன. தன்னலம் கருதாமை, அன்பு, பொறுமை, மன்னிக்கும் மாண்பு, தியாக உணர்ச்சி, தூய்மை, நிறைவு என்பன அப்பண்புகள். இப்படிப்பட்ட பண்புகள் குடி கொண்ட இடத்தில்தான் 'சக்தி தத்துவம்' இயைந்து விளங்குகிறது என ஞானிகள் கூறுகின்றனர்.

எனவே, சக்தி வழிபாடு இயற்கையாகவே மானிடரிடத்தில் அமைந்துள்ளது. நிர்குணம், ஸகுணம், கர்மம், பக்தி, யோகம், ஞானம், அத்வைதம், துவைதம், இல்லறம், துறவறம் என்பன யாவும் அந்தத் தாய்வழிபாட்டுக்கு ஏற்றவையே ஆகும்.

தாயின் மடிமீது குழந்தை வளர்கிறது. உலக மாதாவாகிய ஸ்ரீ பரதேவதையின் மடியின்மேல் அனைத்துயிர்களும் வளர்கின்றன. பராசக்தியால்தான் உலகம் இயங்குகிறது. இவ்வுலகில் ஒருவர் தமக்குத் துயரம் தோன்றியபோதுதான் 'அம்மா' என்று அழைப்பதை நாமறிவோம். நம்மைப் பெற்ற அன்னையால் நமது உடற்பிணியை நீக்க முடியும். பிறவிப்

பிணியை நீக்கும் சக்தி ஜகன்மாதாவுக்கு மட்டுமே உண்டு. இவற்றை வேதம் முதலான நூல்கள் கூறுகின்றன.

உலகில் குழந்தைகள் தம்மைப் பாதுகாத்துக்கொள்ள முயல்வதில்லை. தன்னை உணராத நிலையிலேயே தாயை அடைக்கலமாகக் கொள்கின்றன. தாய், பாலை ஊட்டினாலும் விளக்கெண்ணெயைப் புகட்டினாலும் குழந்தைகள் தாயின் வசமாகவே இருக்கின்றன.

அதுபோலவே ஆன்மாக்கள், நன்றே வரினும் தீதே விளைகினும் தேவியின் திருவடிகளில் அடைக்கலமாகி நிற்கின்றன. அதனால் அந்த ஆன்மாக்கள், பிறவாத பேரின்பக் கடலில் மூழ்கித் திளைத்து அவளது அருளமுதைப் பருகுகின்றன என்பது ஞானிகள் கண்ட உண்மை.

மனிதனுக்குக் கண்ணில் புலப் படுவதற்காக, எல்லையில்லாத இறைவன் எல்லைக்குள் அடங்கக்கூடிய வடி வத்தில் எழுந்தருள்கிறான் என்பதே ஸ்ரீ சக்ரத்தின் தாத்பர்யம். ஸ்ரீ சக்ரத்தில் உள்ள அழகான, இணையான, சீரான வடிவமைப்பு, இறைவனின் உருவத்தைக் காண நமது சிந்தனையை ஒருமுகமாகக் குவிக்கிறது.

தந்திர சாஸ்திரம் இதைத் தெளி வாக்குகிறது. ஒவ்வொரு தெய்வத் துக்கும் உரிய சக்ரத்தை அமைப்பதன் மூலம், அந்தத் தெய்வ வடிவத்தை வழி பாட்டின் வழியாக உருவாக்கிப் பார்க்க முடியும் என்பதை அது உணர்த்துகிறது. அந்த தெய்வசக்தி நம் உள்ளத்தில் படர்வதை நம்மால் உணரமுடியும். ரிக்வேதத்திலும் ஈசா உபநிஷதத்திலும் உள்ள இதற்குரிய பகுதிகள், இப்படி ஒரு வியூகத்தை நம் மனத்தளவில் குவித்துப்பார்க்க வழிகூறுகின்றன.

இவ்வாறு அமைக்கப்படும் யந்திரம், அளவில்லாத சக்தியை வெளியிடக் கூடிய மையமாக வடிவெடுக்கிறது. அதன்மூலம் அன்னையின் அருளாசி யும் கிடைக்கிறது.

பல நூறு ஆண்டுகளுக்கு முன்பே ஸ்ரீ சக்ரத்தை ஆதிசங்கரர் நிறுவி வழிபட்டு இருக்கிறார். அவர் நிறுவிய மடங்களில் எல்லாம் சக்ரம் இடம் பெற்றிருக்கிறது. புனித ஆலயங்களில்

அன்னையின்
அருள்தரும்
யந்திரம்

அவர் நிறுவிய யந்திரங்கள், ஆன்மிக சக்தியை வெளிப்படுத்துவதன் மூலம் இந்து தர்மத்தை ஒளிவிடச் செய்திருக்கின்றன.

அறிவியல் ஆராய்ச்சி

ஒரு அணுவைப் பிளந்தால் அதில் மூன்று முக்கியப் பகுதிகள் காணப்படும்.

1) எலெக்ட்ரான்

2) புரோட்டான்

3) உட்கரு (Nucleus)

மேற்கண்ட மூன்றில் மூன்றாவதாகக் குறிப்பிடப்பட்ட உட்கருவை மையமாக வைத்து புரோட்டான்கள் குறுக்கும் நெடுக்குமாகச் சுற்றிவருகின்றன. எலெக்ட்ரான்கள் அலை வடிவில் (wave like) சுழன்று வருகின்றன. இங்கு உட்கருவில் இருந்தே அணுசக்தி கிடைக்கிறது.

மேற்கண்ட செயல் ஸ்ரீ சக்ரத்திலும் நடைபெறுகிறது. எலெக்ட்ரான்கள்போல ஸ்ரீ சக்ரத்திலும் அலை வடிவில், சுழலும் தாமரை வடிவில் கோடுகள் காணப்படுகின்றன.

அதேமுறையில் புரோட்டான்களைப்போல குறுக்கு நெடுக்காக ஸ்ரீ சக்ரத்தில் முக்கோணங்கள் காணப் படுகின்றன. ஸ்ரீ சக்ரத்தின் நடுவில் உள்ள பிந்து ஸ்தானமே உட்கருவாகும்.

இவ்வாறு ஒரு அணுசக்திக் கொள்கைக்கு அடிப்படையாக, வரைபடமாக ஸ்ரீ சக்ரம் திகழ்கிறது. ஆம்! அறிவியலுக்கும் ஆன்மிகமே அடிப்படையாக உள்ளது!

அம்பாளை வழிபடும் முறைகள் பல உள்ளன. அவற்றில் முக்கியமானவை இரண்டாகும். அவை தக்ஷிண மார்க்கம், வாம மார்க்கம் என்பவை யாகும். இவை இரண்டையும் முறையே சமய மார்க்கம் என்றும் கௌல மார்க்கம் என்றும் கூறுவர்.

அம்பாளுடைய பூஜையானது அந்தர் முகமாகவே செய்யப்பட வேண்டும் என்பதும் அதிலும் அம்பாளை ஸஹஸ்ராரத்திற்கு அழைத்துவந்து, அவ்விடத்தில் பூஜிக்க வேண்டும் என்பதும் சித்தாந்தமாகும்.

ஸ்ரீதேவியின் உபாசன முறைகள்

சிலர் தங்கம், வெள்ளி, தாமிரம் முதலான தகடுகளில் ஸ்ரீ சக்ரத்தை முறைப்படி வரைந்து அதனுடன் தான் வேறு, மந்திரம் வேறு என்ற பேத மின்றி அம்பாளை பாவனை செய்து பூஜைசெய்வார்கள். இவர்களது மதம் 'மிச்ரம்' எனப்படும். இதுவே சமய மார்க்கம்.

ஸ்ரீலலிதா ஸஹஸ்ரநாமம் முதலிய நூல்களில் கௌல மார்க்கமும் ஒப்புக் கொள்ளப்பட்டுள்ளது. இந்த கௌல மார்க்கத்தை மேற்கொள்பவர்களிடம் புலனடக்கம், பற்றற்றநிலை ஆகியவை முக்கியமாக இடம்பெற வேண்டும். சாதாரண மனிதர்களால் இந்த முறையைப் பின்பற்ற முடியாது. எனவே நம் போன்றவர்களுக்குச் சமய மார்க்கமே உகந்தது.

சனகாதி முனிவர்களும் துர்வாஸ

மகரிஷியும் இந்தச் சமய மார்க்கத்தையே பின்பற்றினர். ஆதிசங்கரர் இதை அனுசரித்தே ஸ்ரீ சக்ர வழிபாட்டைப் பல இடங்களில் பரப்பினார். இந்தப் பூஜைமுறையை சௌந்தர்யலஹரி, லலிதா ஸஹஸ்ரநாமம், பவானி புஜங்கம், தேவிபுஜங்கம் முதலான நூல்கள் சிறப்பித்துக் கூறுகின்றன.

அன்னையைச் சக்ரம் மூலமாக வழிபாடு செய்வது நமது நாட்டின் சிறந்த பண்பாடாகும். விதிப்படி சக்ரங்களை வரைந்து, பீஜமந்திரங்களை நிரப்பி, இறைவியை எழுப்பி, வழிபடுதல் என்பது மேலான கல்வியைப் பெற வழிவகை செய்யும். திருமூலர் திருமந்திரத்தில் திருவம்பலச்சக்ரம், புவனாவதி சக்ரம், நவாக்கரிச் சக்ரம் ஆகிய சக்ரங்களை விளக்கி, அவற்றை வழிபடும் முறையை விரிவாக எடுத்துரைக்கிறார்.

திருமூலர் கூறியுள்ள கீழ்கண்ட கருத்துக்கள் மலைமகளின் பெருமையைப் பறைசாற்றுகிறது. 'இமயமலையில் தோன்றி வளர்ந்த மலைமகள் தன் அருளால் உலகை ஆளுகிறாள். உயிர்களுடன் மலங்களைச் சேர்த்து, வினைகளைச் செய்வித்து, பின்னர் வினைகளையும் மலங்களையும் நீக்குவதற்கான சூழ்நிலைகளை உருவாக்கி, உயிர்களுக்குப் பக்குவத்தை அளித்து, உள்ளிருந்து உருக்கி, ஒப்பிலா கண்ணின்று காட்டி, அருட்கண்ணை விழிக்கச் செய்து உயிர்களுக்குப் பெரும் பேற்றை அளிக்கிறாள்.

உலகத்துக்குத் தாயான ஸ்ரீலலிதா பரமேஸ்வரி தனது புத்தியிலிருந்து சியாமளாதேவியையும் அகங்காரத்தில் இருந்து மகா வாராஹிதேவியையும் புன்சிரிப்பில் இருந்து விக்னேஸ்வரரை யும் தோற்றுவித்தாள்.

பின்னர் அவளது மூலாதாரத்தில் இருந்து தொடங்கும் ஆறு சக்கரங்களே 'ஷடாம்நாய தேவதைகளாக' விளங்கினார்கள்.

இதேபோல் அவளது அங்கு சத்திலிருந்து ஸம்பத்கரியும் பாசத்தில் இருந்து அசுவாரூடையும் நாவிலிருந்து நகுலியும் குண்டலினி சக்தியும் அச் சக்தியின் கிரணங்களிலிருந்து காயத்ரி முதலிய தேவதைகளும் தோன்றினர்.

ஸ்ரீ சக்ரத்தின் தோற்றம்

மேலும் அப்பரதேவதையின் ஏழு தாதுக்களில் இருந்து மற்ற தேவதை களும் தேவர்களும் திரியக் கரணங் களும் பிராணசக்தியும் வலிமை, ஐசுவர்யம், கீர்த்தி முதலியவையும் தோன்றின. அத்துடன் அத்தேவியின் உள்ளங்கால் முதல் தலைவரையுள்ள பதினான்கு இடங்களில் இருந்து, மகாபாதாளம் முதல் சத்தியலோகம் வரையுள்ள பதினான்கு உலகங்களும் தோன்றின.

இதன் பின்னர் ஸ்ரீ சக்ரத்தில் விளங்கும் த்ரைலோக்ய மோகனம் முதல் ஒன்பது சக்ரங்களிலுள்ள ஆவரண தேவதைகளும் அந்தந்த இடங்களில்

உள்ள சக்ரேச்வரிகளும் தோன்றினர். அத்தேவியின் மூலாதாரம் சுவாதிஷ்டானம், மணிபூரகம், அநாஹதம், விசுத்தி, ஆக்ஞை, பிரஹ்மரந்திரம், துவாதசாந்தம் அவளது ஆனந்தக்கடல் என்பவையும் தோன்றின.

அம்பிகை தனது இதய ஆகாயத்தில் இருந்து ஸ்ரீ மார்த்தாண்ட பைரவரையும் திதி சக்ரத்தையும் ஷோடச நித்யா தேவதை களையும், அங்கதேவிகளையும் ஆயுத தேவிகளையும் படைத்தாள். இவ்வாறு ஸ்ரீலலிதை, தனது ஸ்ரீ சக்ரத்தைச் சிருஷ்டி செய்து பின் தன் நாதனான ஸ்ரீ காமேசுவரரை நோக்கிச் சிவசக்ரத்தைச் சிருஷ்டிக்கும்படி வேண்டினாள்.

காமேசுவரரும் தனது முகஹூங்கார ஒலியினால் திவ்யம், சித்தம், மானவம் என்ற மூன்றையும் படைத்தார். பின்னர் சர்வானந்தமய ஸ்வரூப பிந்து பீடத்தில் எழுந்தருளி, சியாமளாதேவியை மந்த்ரிணியாகவும், வாராஹிதேவியைச் சேனாநியாகவும் படைத்து, அவர்களுக்கு முறையே 'கேயசக்ரம்' 'க்ரி சக்ரம்' என்ற இரு ரதங்களை அருளினார்.

பின்னர் தேவி ஆணவமல தத்துவமான பண்டாசூரனின் பொருட்டுப் போர்செய்யப் புறப்பட்டாள். பண்டாசூரன் மீது சினங்கொண்டு ஹூங்கார ஒலி செய்தாள். அவ்வொலியில் இருந்து அறுபத்து நான்கு கோடி யோகினிகளும் பைரவர் களும் தோன்றினர். அத்துடன் எண்ணற்ற சக்திகளும் தோன்றினர். இவ்வாறு தோன்றிய சக்திகள் கைகளைத் தலைமேல் குவித்துப் பரதேவதையை வணங்கி நின்றனர். அங்ஙனம் நிற்பதைக் கண்ட அத்தேவி மிக்க மகிழ்ச்சி கொண்டாள். இங்ஙனம் ஸ்ரீ சக்ரம் தோன்றியது.

ஸ்ரீ சக்ரத்தின் அமைப்பு குறித்து வரிவஸ்யாரஹஸ்யம் என்ற நூல் பின் வருமாறு கூறுகிறது.

'பிந்து முக்கோணம், எட்டுக்கோணம், இரண்டு பத்துக் கோணங்கள், பதினாறுகோணம், எட்டு தளம், பதினாறுதளம், மூன்றுவட்டம், மூன்று கோட்டுபூபுரம் என்று அனைத்தும் அடங்கிய அமைப்பே ஸ்ரீ லலிதா பரமேஸ்வரியின் ஸ்ரீ சக்ரம் எனப்படும்.

இச்சக்ரத்தில் சிவசக்ரங்கள் நான்கு, சக்தி சக்ரங்கள் ஐந்து என ஒன்பது சக்ரங்கள் அமைந்துள்ளன. இது சிவசக்தியாகிய இருவருடைய வடிவத்தையும் குறிக்கும்.

ஸ்ரீ சக்ரத்தின் அமைப்பு

இவற்றுள் முக்கோணம், எட்டுக் கோணம், இரண்டு பத்துக்கோணங்கள், பதினான்கு கோணங்கள் என்ற ஐந்தும் சக்திசக்ரங்கள் எனப்படும். பிந்து, எட்டிதழ் கமலம், பதினாறிதழ் கமலம், நான்கு கோட்டம் என்ற இந்த நான்கும் சிவசக்ரங்கள் எனப்படும். சக்தி கோணங்கள் ஐந்தும் கீழ்நோக்கியும் சிவசக்ரங்கள் நான்கும் மேல் நோக்கியும் உள்ளன.

தேவியின் யந்திரம் ஸ்ரீ சக்ரம் எனப்படும். அதுவே திரிபுராம்பிகை எனவும் மஹாலக்ஷ்மியெனவும் வழங்கப் படும். திரிபுராம்பிகை, தன் முன் பேரொளியாக விளங்கும் தன்

வடிவத்தைப் பார்த்தாள். அந்த ஒளி வடிவம்தான் ஸ்ரீ சக்ரம் எனப்பட்டது. அந்தச் சக்ரத்தின் தத்துவமாக விளங்குபவள் ஆதிலக்ஷ்மியாவாள். இவ்விருவருக்கும் வேற்றுமை எதுவுமில்லை.

ஸ்ரீ சக்ரத்தை தங்கம், வெள்ளி, பஞ்சலோகம் முதலிய உலோகங்களால் விதிப்படி செய்து பூஜை செய்ய வேண்டும்.

ஸ்ரீ சக்ரத்தை வெள்ளைப்பூக்களால் அர்ச்சனை செய்பவரது நாவில் சரஸ்வதி நடனம் புரிவாள். சிவப்பு, வெள்ளை கலந்த மலர்களால் அர்ச்சனை செய்தால் ராஜவசியம் உண்டாகும். மஞ்சள்நிறப் பூக்களால் அர்ச்சனை செய்தால் திருமகளின் திருவருள் உண்டாகும்.

இத்தகைய ஸ்ரீ சக்ர வழிபாட்டினால் மகாவிஷ்ணு மோகினி வடிவம் கொண்டார் என்றும் பிரம்மன், படைக்கும் தொழிலுக்கு உரியவன் ஆனான் என்றும் சிவபெருமான் 'ஸர்வ வித்யோஸ்வரர்' என்ற பெருமையைப் பெற்றார் என்றும் மன்மதன் மயக்கும் சக்தியைப் பெற்றான் என்றும் ஹயக்ரீவர் கூறியுள்ளார்.

சௌந்தர்யலஹரி கூறும் செய்தி

சௌந்தர்யலஹரியில் 11 மற்றும் 12-வது சுலோகங்களில் ஒருவருக்கு ஸ்ரீ சக்ரபூஜையிலோ அல்லது அதன் பெருமையை வெளிப்படுத்தும் சுலோகத்தைப் பாராயணம் செய்வதிலோ உண்டாகும் தொடர்பு, அவரது பூர்வ புண்ணியத்தால் ஏற்படுவது என்றும் அப்படிப்பட்டவருக்கு அதுவே கடைசி ஜென்மம் என்றும் அவரிடம் அம்பிகை மனம் இளகிச் சகல நன்மைகளையும் அருளுகின்றாள் என்றும் கூறப்பட்டுள்ளது.

தேவிபுஜங்கம்

தேவி புஜங்கம் நூலில் ஸ்ரீ சக்ரம் குறித்துக் கீழ்கண்டவாறு கூறப்பட்டுள்ளது.

ஸ்ரீ சக்ரம் அம்பாளின் சொரூபம். ஸ்ரீ சக்ரத்தில் தன் ஆவரண தேவதைகளுடன் பரதேவதை பிரகாசிக்கிறாள். ஸ்ரீவித்யா மந்திரத்திலும் அம்பாளின் சாந்நித்யம் இருக்கிறது. ஸ்ரீவித்யா மந்திரத்தினால் ஸ்ரீ சக்ரத்தில் அம்பாளை உபாசிப்பவனது சரீரத்திலும் தன் ஆவரணதேவதையுடன் அம்பாளின் ஸாந்நித்யமும் ஏற்படுகிறது.

பக்தன் தனது சரீரத்தில் அந்தந்த அவயங்களில் அந்தந்த தேவதைகள் இருப்பதாகத் தியானம் செய்கிறான். ஸ்ரீ சக்ரத்தில் பிரதானமாக விளங்குகிற நவசக்ரேஸ்வரிகளும் தன் சரீரத்தில் இருப்பதால் முறைப்படி அனுஸந்தானம் செய்யும்போது பரதேவதையின் அருளால் அவன் அஷ்ட ஐஸ்வர்ய சித்திகளை அடைகிறான்.

ஸ்ரீ சக்ரத்தில் 64 கோடி தேவதைகளும் வசிக்கிறார்கள். 9 சக்ரங்கள் உள்ளதால் இதற்கு 'நவசக்ரம்' என்ற பெயர் உண்டு. மேலும் ஐம்பதோரு கணேசர்கள், சூரியன் முதலான ஒன்பது கிரகங்கள், அசுவினி முதலான இருபத்தேழு

நட்சத்திரங்கள், ஏழு யோகினிகள், பன்னிரண்டு ராசிகள், ஐம்பத்தொரு பீடதேவதைகள் என 157 தேவதைகள் ரூபமாக அம்பாள், ஸ்ரீ சக்ரத்தில் பூஜிக்கப்படுகிறாள்.

சரீரத்தின் பாகங்களாகிய கை, கால் முதலிய அவயங்கள் சேர்ந்து ஒரு தேகம் என்பது போல அம்பாள் பரிவார (அங்க) தேவதைகளுடன் சேர்ந்து ஒருத்தியாகப் பிரகாசிக்கிறாள்.

பவானிபுஜங்கம்

இந்த நூலில் ஒன்பதாவது பாடலில் 'ஸ்ரீ சக்ரம் சார்பான வழிபாடு விவரிக்கப்படுகிறது. கணேசர்கள், அணிமாதிகள் முதலான சக்திகளுடைய சமூகங்களினால் சூழப்பெற்று, ஒளிபொருந்திய ஸ்ரீ சக்ரத்தில் பொலிவுடன் திகழ்பவளும் பரா என்ற வடிவத்துடனும் திரிபுரா என்ற சிறப்புப் பெயருடன் விளங்குபவளும் சிவபெருமானின் இடப் பாகத்தில் இருப்பவளும் மங்களவடிவாய் திகழ்பவளும் ராஜராஜேஸ்வரி என்ற திருநாமத்தைக் கொண்டவளும் ஆகிய அன்னை விளங்குகிறாள்' என்று கூறுகிறார் ஆதிசங்கரர்.

தேவி உபாசகர்கள் ஸ்ரீசக்ர வழிபாட் டுடன் குண்டலினி சக்தியின் தத்துவங்களை உணர்ந்து அதைப் பயிற்சி பெறுவது இன்றியமையாத தாகும். சக்தியில்லாமல் சிவம் சிறிதும் அசைவதில்லை என்று ஆதிசங்கரர் தனது செளந்தர்யலஹரியில் முதல் சுலோ கத்தில் கூறியுள்ளார். எனவே சக்தி யில்லாவிட்டால் எல்லாமே சவம்தான். இந்தச் சக்தியைத்தான் யோகிகள் 'குண்டலினி' என்று கூறுவார்கள்.

இந்தக் குண்டலினி சக்தி நமது உடலின் முதுகுத்தண்டின் கீழ்ப்பகுதியில் பிராணசக்தியாக உறக்கம் கொண் டுள்ளது. இது பாம்பைப் போல சுருண்டு இருப்பதால் 'குண்டலினி' என்று அழைக்கப்படுகிறது. இது இருக்கும் இடம் மூலாதாரம் எனப்படும்.

ஸ்ரீ சக்ரமும் குண்டலினி சக்தியும்

சாதனைகள் மூலம் இக்குண்டலினி சக்தியை விழிப்படையச் செய்யலாம். பிராணாயாமம், தியானம், போன்ற வற்றைச் செய்து சுவாசத்தை ஒழுங்கு படுத்தி அதன் மூலம் விழிப்படையச் செய்து மூலாதாரத்திற்கு மேலுள்ள சுவாதிஷ்டானம், மணிபூரகம், அனாஹதம், விசுத்தி, ஆக்ஞா முதலிய சக்ரங்கள் வழியாக சஹஸ்ரார தளத்துக்கு ஏறச் செய்வதே சாதனை என்பதாகும்.

சஹஸ்ராரம் என்ற ஆயிரம்

இதழ்களுடன் கூடிய தாமரை தலையில் உள்ளது. இந்த இடம்தான் சுத்தஞானம் என்கிற சதாசிவத்தின் இடமாகும். மூலாதாரத்தில் இருந்து குண்டலினி முறையாக மேலே ஏறும்போது பலவித அனுபவங்கள் உண்டாகும். அப்போது அந்தக் குண்டலினி சக்தி சஹஸ்ராரதளத்தில் சிவத்துடன் ஐக்கியமாகி விடுகிறது.

இந்தக் குண்டலினி யோகத்தில் தியானம் மிகுந்த சிறப்பை உடையதாகும். இத்தியானத்துக்கு சிவசக்தி யோகம் என்று பெயர்.

அந்தர்யாக பூஜாகல்பம்

குண்டலினி யோகத்துக்கும் பராசக்திக்கும் உள்ள தொடர்பு குறித்து 'அந்தர்யாக பூஜாகல்பம்' என்ற நூல் கீழ்கண்டவாறு கூறுகிறது.

பிரம்மன் தன் இச்சையினால் உலகங்களைப் படைத்துத் தானும் அதில் ஊடுருவி நிற்கிறான். ஜீவசைத்தன்யம் என்ற சரீரப் பிண்டத்தில் குண்டலினி சக்தி கழுமுனை என்ற நடுநாடியின் அடி நுனியில் அதாவது மூலாதாரத்தில் சுருண்டு கிடக்கும் பாம்பு போல அமர்ந்திருக்கிறது.

அது விழிப்படைந்து மேல் நோக்கிச் சென்று கழுமுனை நாடியில் அமைந்துள்ள ஆறு ஆதாரச் சக்ரங்களையும் மூன்று முடிச்சுகளையும் பிளந்து கொண்டு சஹஸ்ராரத்திலுள்ள சத்து, சித்து ஆனந்த ரூபமான பரமசிவத்துடன் ஐக்கியம் ஆகும்போது உண்டாகும் அமுதத்தைப் பருகி, பரம் பொருளோடு வேற்றுமையின்றி அச்சிவானந்தத்தில் திளைத் திருக்கும் யோகமே இந்த யோகத்தின் இலட்சியமாகும். இவ்வாறு ஒவ்வொரு சரீரத்திலும் குண்டலி ரூபமாய் பராசக்தி இருக்கிறாள்.

திரிபுராமஹோப நிஷத்

பரமசிவன் ஜீவசிவனாவதும் மறுபடியும் ஜீவசிவனைப் பரமசிவ நிலைக்கு ஏற்றுவிப்பதும் அதாவது ஆரோஹணம்

செய்வதும் அப்பராசக்தியின் திருவிளையாடலே ஆகும். இதுபற்றித் திரிபுராமஹோப நிஷத் கூறுவதாவது:

'பரப்பிரம்மத்தின் வேறுபாடில்லாத சிவசக்திகள் இருவரும் நமது சரீரத்துக்குள் இருக்கின்றனர். நமது சரீரம் பிண்டாண்டம் என்றும் கூறப்படுகிறது. இவை வேறு வேறு என்று சொல்லப்பட்ட போதிலும் பிரும்மாண்டத்தில் உள்ளவையெயெல்லாம் பிண்டாண்டத்திலும் இருப்பதால் அவை இரண்டும் ஒன்றேயாகும்.

பராசக்தி குண்டலினியாக இருப்பதால் பிரும்மாண்டத்தில் நடக்கும் செயல்கள் எல்லாம் அவளால் நடக்கின்றன. நமது சரீர சம்பந்தப்பட்ட காரியங்களுக்கும் அவளே காரணமாக இருக்கிறாள். இதனாலேயே அம்பாள் 'மகாகுண்டலினி' என்று அழைக்கப்படுகிறாள்.

சக்தியின் சம்பந்தம் இல்லாமல் சிவனால் எதுவும் செய்ய முடியாது. அது போலவே குண்டலினியின் சம்பந்தம் இல்லாமல் நம்மால் எதையும் செய்ய முடியாது. எனவே நாம் இல்லறத்தில் இருந்தாலும் நம் செயல்கள் எல்லாமே அம்பாளுடையவை என்று கருத வேண்டும். துறவிகளுக்கு மட்டுமல்ல, இல்லறத்தில் இருப்பவர்களுக்கும் இக் குண்டலினி யோகப் பயிற்சி மிகவும் இன்றியமையாதது.

ராமகிருஷ்ண பரமஹம்ஸரின் அனுபவம்

ராமகிருஷ்ண பரமஹம்சர் யோகசாஸ்திரம் கற்கவில்லை. ஆனால், அந்த யோக அனுபவத்தை தனக்குக் காட்டி அருள வேண்டும் என்று அம்பிகையிடம் வேண்டிக்கொண்டார். அம்பிகையின் அருளால் அவருக்கு அது எளிதாயிற்று. அந்தக் குண்டலினி சக்தி அவர் விரும்பும்போதெல்லாம் மூலாதாரத்தில் இருந்து எழுந்து உச்சந்தலையில் சஹஸ்ராரம் வரையில் ஒவ்வொரு ஆதாரத்தையும் கடந்து சென்றது.

எறும்பு ஊர்வது போலவும் தவளை தாவுவது போலவும் பாம்பு செல்வது போலவும் பறவை பறப்பது போலவும்

குண்டலினி வெவ்வேறு வகையில் மேலே ஏறுகிறது. மணி பூரகம், சுவாதிஷ்டானம், விசுத்தி, அனாஹதம் முதலிய சக்ரங்களுக்குக் குண்டலினி எழுந்தபோது, தமக்கு உண்டான ஞானக்காட்சிகளை எல்லாம் அவர் விரிவாகக் கூறுகிறார்.

'அது ஆக்ஞா சக்ரத்தை அடைந்ததும் பேச்சு நின்றுவிட்டது. பெருமுயற்சியால் இரண்டொரு வார்த்தை பேச முடிந்தது. ஆக்ஞையில் இருந்து மேலே கிளம்பியதும் ஜீவபேதம் நின்றுவிட்டது. விசுத்தி சக்ரத்துக்குக் கீழே வந்தபோது பறவை, விலங்கு ஆகியவற்றின் மொழிகள் தமக்கு விளங்கின' என்கிறார். அச்சக்தி சகஸ்ராரத்தை அடைந்ததும் அங்கிருந்து சொட்டும் அமிர்தத்தைப் பற்றியும் குறிப்பிட்டுள்ளார்.

ஸ்ரீ சக்ரத்தில் பிரதானமாக ஒன்பது முக்கோணங்கள் உள்ளன. மேலே பார்த்தபடி நான்கு கோணங்கள் (சிவ கோணங்கள்), கீழே பார்த்தபடி ஐந்து கோணங்கள் (சக்தி கோணங்கள்). இந்த முக்கோணங்கள் யோனிகளெனப் படும். 'பிந்துஸ்தானம்' என்ற மத்திய இடம் பத்தாவது யோனியாகும். இந்த முக்கோணங்கள் மொத்தம் 43 முக்கோணங்களாக இருக்கின்றன.

பிந்துஸ்தானம் தேவி ராஜராஜேஸ் வரியின் பிரதம ஸ்தானமாகும். அவள் ஒன்பது சக்தியாக ஆனாள். இந்த ஒன்பதுடன் பத்து இந்திரியங்கள், ஐந்து பிராணன்கள், பஞ்சபூதங்கள், ஸப்த, ஸ்பரிச, ரூப, ரஸ, கந்த, வசன, கமண, தான, விசரக, ஆனந்த என்று பத்து விஷயங்கள் மற்றும் கரணம் 4 ஆக 43 ஆனாள்.

முதலில் பூஜிக்க வேண்டியவை

ஸ்ரீ சக்ரத்தில் 9 ஆவரணங்கள் உள்ளன. அவை ஒன்றுக்குள் ஒன்றாக அமைந் துள்ளன. அவற்றின் பெயர்கள் வருமாறு:

1. த்ரைலோக்ய மோகனம் (சதுர வடிவு மூன்று வரிசை)

2. ஸர்வாசாபரி பூரகம் (பதினாறு தளக்கமலம்)

3. ஸர்வஸம்க்ஷோபணம் (எட்டு தளக்கமலம்)

4. ஸர்வ ஸௌபாக்யதாயகம் (பதினாறு கோணம்)

5. ஸர்வார்த்த ஸாதகம் (வெளிப்பத்துக் கோணம்)

6. ஸர்வ ரக்ஷாகரம் (உள்பத்துக் கோணம்)

7. ஸர்வ ரோஹ ஹரம் (எட்டுத் திக்கு கோணம்)

8. ஸர்வஸித்தி பிரதம் (முக்கோணம்)

9. ஸர்வாநந்தமயம் (பிந்து)

ஒவ்வொரு ஆவரணத்துக்கும் தனித்தனி தேவதைகள் உண்டு. அவை கீழே தரப்பட்டுள்ளன.

முதல் ஆவரணம்	-	பிருகிருதி
இரண்டாவது ஆவரணம்	-	சந்திரன், நட்சத்திரங்கள்
மூன்றாவது ஆவரணம்	-	வாயு மண்டலம்
நான்காவது ஆவரணம்	-	துரீய மாயா
ஐந்தாவது ஆவரணம்	-	ஸ்ரீ மகாவிஷ்ணு
ஆறாவது ஆவரணம்	-	ஜோதிஸ்வரூப சக்தி
ஏழாவது ஆவரணம்	-	காமரூபிணி
எட்டாவது ஆவரணம்	-	சந்திரப்பிரபை
ஒன்பதாவது ஆவரணம்	-	குருமண்டலம், நித்யா மண்டலம், ஷடங்கம்

அம்பிகையின் உபாசனையைத் தொடங்குவதற்கு முன்பு ஷடங்கதேவதைகளின் அருளைப் பெறவேண்டும். இதனால் தான் அங்கந்நியாசம் (உடலைக் கட்டுதல்) செய்கிறோம். வித்யாமுகத்தை உடைய தேவியின் அங்கங்களை வழிபட வேண்டும். பின்பு வாக் தேவதைகளைத் தரிசனம் செய்ய வேண்டும்.

சரீரமும் ஸ்ரீ சக்ரமும்

நமது சரீரத்தில் ஸ்ரீ சக்ர பாவனை செய்யும் முறையையும் பின்வருமாறு கவனிக்க வேண்டும்.

பிரஹ்ம ரந்த்ரம்   -   பிந்து ஸ்தானம்

தலை	-	திரிகோணம்
நெற்றி	-	அஷ்டகோணம்
புருவமத்தி	-	அந்தர்த்தசாரம்
கழுத்து	-	பஹீர்த்தசாரம்
மார்பு	-	பதினான்கு கோணம்
தொப்புள்	-	அஷ்டதளபத்மம்
இடுப்பு	-	ஷோடச தளபத்மம்
தொடைகள்	-	விருத்தத்ரயம்
பாதங்கள்	-	பூபுரம்

இவ்வாறு சரீரத்தில் வெளிப்படையான அங்கங்களில் ஸ்ரீ சக்ர பாவனை செய்ய வேண்டும். மூலாதாரம் முதலான சக்ரங்களில் ஸ்ரீ சக்ரத்தைப் பாவிப்பதும் உண்டு. உபநிடதங்கள் கீழ்கண்டவாறு கூறுகின்றன.

1. மூலாதாரத்திற்குக் கீழ்
   உள்ள ஸஹஸ்ராரம்   - பூபுரம்

2. அதற்குமேல், விஷுவம்
   என்ற ஆறிதழ் சக்ரம்   - பதினாறு தளபத்மம்

3. மூலாதாரம்   - அஷ்டதளபத்மம்

4. ஸ்வாதிஷ்டானம்   - சதுர்த்தசாரம்

5. மணிபூரகம்   - பஹிர்த்தசாரம்

6. அநாஹதம்   - அந்தர்த்தசாரம்

7. விசுத்தி   - அஷ்டகோணம்

8. உள்நாக்கு (இந்திரயோனி) - மத்திய முக்கோணம்

9. ஆக்ஞை   - பிந்து

10. பிரஹ்மரந்திரம்   - மகாபிந்து

வாக் தேவதைகள்

    1. ஹிருதயதேவி

    2. சிரோதேவி

    3. சிகாதேவி

    4. கவசதேவி

    5. நேத்ரதேவி

    6. அஸ்த்ரதேவி

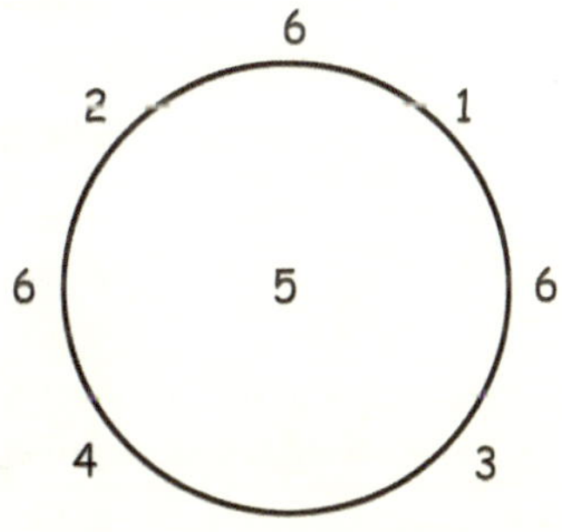

இனி ஸ்ரீ சக்ரத்தில் உள்ள ஒன்பது ஆவரணங்கள் பற்றிய விவரங்களைப் பார்ப்போம்.

அ1. திரைலோக்ய மோகன சக்ரம் (பொது)

இது முதலாவது ஆவரணம். இது நாற் சதுரமாக, மூன்று பிராகாரங்களோடு அமைந்துள்ளது. இதன் முதல் கோட்டில் (வெளிக்கோடு) பரதேவதை யின் தேக காந்திகளையே சரீரமாகக் கொண்ட பத்து சித்திதேவதைகள் உள்ளன. அவை அணிமா, மஹிமா, லஹிமா, ஈசித்வம், வசித்வம், ப்ராகாம்யம், புத்தி, இச்சா, ப்ராப்தி, ஸர்வ கர்மா என்பவை.

ஒன்பது ஆவரணங்கள்

இரண்டாவது கோட்டில் (நடுக் கோட்டில்) பிராஹ்மி, மாஹேஸ்வரி, கௌமாரி, வைஷ்ணவி, வாராஹி, மஹேந்திரி, சாமுண்டா, மஹாலக்ஷ்மி என்ற அஷ்ட மாத்ருகைகள் உள்ளனர்.

மூன்றாவது கோட்டில் (உட்கோடு) ஸர்வஸம்க்ஷோபிணி, ஸர்வா வித்ராவிணி, ஸர்வாகர்ஷிணி, ஸர்வ சங்கர்ஷிணி, ஸர்வோன்மாதினி, ஸர்வ மஹாங்குசா, ஸர்வகோசா, ஸர்வ பீஜா, ஸர்வயோனி, ஸர்வத்திர்கண்டா என்ற பத்து முத்ரா தேவதைகள் உள்ளனர்.

இவர்களிடமிருக்கும் சரீரகாந்தியானது சூரியனையும் தோற்றுவிக்கும். இவர் களுக்குப் 'பிரகடயோகினிகள்' என்று பெயர். ஸ்தூல சரீரத்தையும் ஞானேந் திரியங்கள், மனம் முதலியவற்றால் உணரப்படும் விஷயங்களையும

அவற்றால் உண்டாகும் இன்பத்தையும் இந்த ஆவரணம் குறிப்பிடுகிறது. இவர்களுக்கு எல்லாம் நாயகியாகிய 'திரிபுரை' என்ற சக்ரேஸ்வரி முன்பாகத்தில் ரத்தின சிம்மாசனத்தில் வீற்றிருந்து யோகினி கணங்கள் புடைசூழ பேரானந்தத்தோடு விளங்குகிறாள்.

அ2. த்ரைலோக்ய மோகனசக்ரம் (வெளிக்கோடு)

இதன் நிறம் வெள்ளை, நமது ஸ்தூல, ஸுக்ஷம, காரண தேகங்கள் மூன்றிலும் சக்தி உள்ளது. இந்த சக்தியானது நாம் விழித்திருக்கும்போது ஸ்தூல உடம்பில் இருந்து அதிக அளவில் வெளிப்படுகிறது. இந்தச் சக்தியானது நம் பொறி களின் வழியே சென்று பல அனுபவங்களை ஜீவனுக்கு அளிக்கிறது. இந்த அனுபவங்கள் சுகதுக்க அனுபவங்கள் ஆகும்.

இந்த உணர்வுக்கு அதிதேவதைகள் பிரகட யோனிகள். இதன் மூலாதாரம் ஸாகினி என்பதாகும். 'லம்' என்ற பிரிதிவீ பீஜம் இச்சக்ரத்தின் பிரகிருதியாகும்.

<table>
<tr><td>1. அணிமா</td><td>6. ப்ராகாம்யம்</td></tr>
<tr><td>2. லகிமா</td><td>7. புக்தி</td></tr>
<tr><td>3. மஹிமா</td><td>8. இச்சா</td></tr>
<tr><td>4. ஈசித்வம்</td><td>9. ப்ராப்தி</td></tr>
<tr><td>5. வசித்வம்</td><td>10. சர்வகாமா</td></tr>
</table>

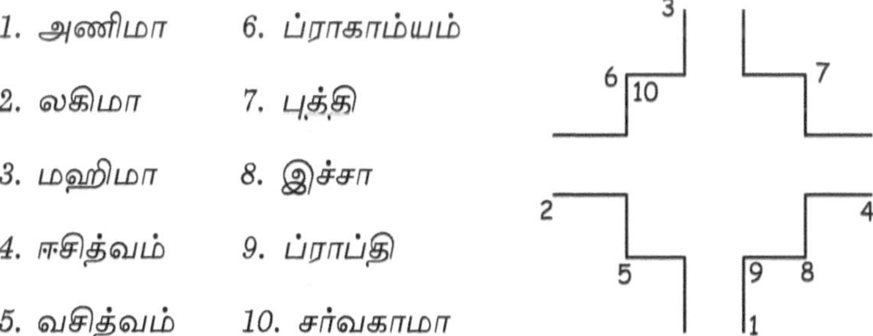

அ3. த்ரைலோக்ய மோகனசக்ரம் (நடுக்கோடு)

இதன் நிறம் சிவப்பு. இதில் உள்ள வேதமாதாக்களை வணங்கினால் இவர்களின் அருளால் மனக்கட்டுப்பாடு உண்டாகும். காமம், குரோதம், மோகம், லோபம், மதம், மாத்ஸர்வம், புண்ணியம், பாவம், இவற்றால் எந்தப் பாதிப்பும் ஏற்படாது.

1. பிராஹ்மி

2. மாஹேஸ்வரி

3. கௌமாரி

4. வைஷ்ணவி

5. வாராஹி

6. மாஹேந்திரி

7. சாமுண்டா

8. மகாலக்ஷ்மி

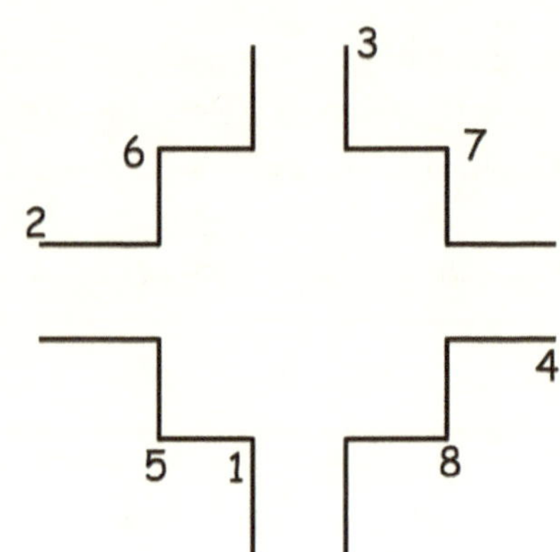

அ4. த்ரைலோக்ய மோகன சக்ரம் (உட்கோடு)

இனி மூன்றாவது கோட்டில் இருக்கும் தேவதைகளைப் பார்க்கலாம். இதில் பத்து சக்திகள் உள்ளன. அவை முத்ரா 'சக்திகள்' அல்லது 'முத்ரா தேவதைகள்' என்று அழைக்கப் படுகின்றன. நமது உடலில் மூலாதாரம், ஸ்வாதிஷ்டானம், மணிபூரகம், அனாஹதம், விசுத்தி, ஆஞ்ஞை என்று ஆறு ஆதாரங்களும் பிரம்மரந்திரம், மூலாதாரத்திற்குக் கீழேயுள்ள அகுள ஸஹஸ்ராரமும் உள் நாக்கும் சேர்த்து 10 ஆகும். முத்ரா ஸித்தி, நஸ்ஸித்தி, மோட் ஸித்தி, லோகஸித்தி முதலிய ஸித்திகளைத் தரவல்லவை இந்த தேவதைகள்.

1. ஸர்வஸம்க் ஷோபிணி

2. ஸர்வவித்ராவிணி

3. ஸர்வகர்ஷிணி

4. ஸர்வசங்கரிஷிணி

5. சர்வோன்மாதினி

6. ஸர்வமகாங்குசா

7. ஸர்வகோசரீ

8. ஸர்வபீஜா

9. ஸர்வயோனி

10. ஸர்வத்ரிகண்டா

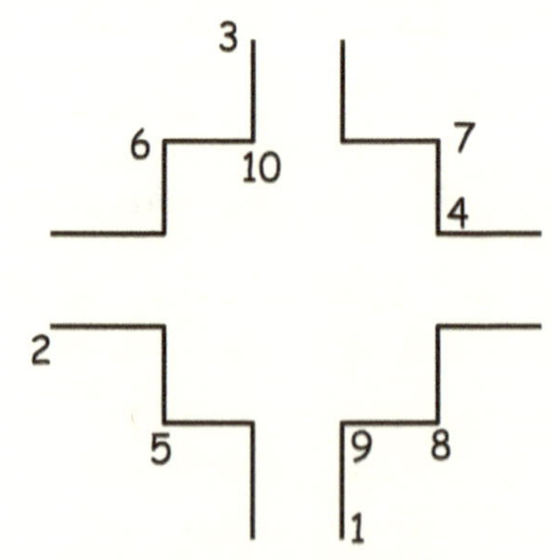

ஆ. ஸர்வாஸா பரிபூரக சக்ரம்

இது பதினாறு தளங்களை உடைய கமலமாகும். இதில் காமாகர்ஷிணி, புத்யாகர்ஷிணி, அகங்காரகர்ஷிணி, சப்தா கர்ஷணி, ஸ்பர்சாகர்ஷிணி, சித்தாகர்ஷிணி, தைர்யா கர்ஷிணி, ஸம்ருத்யாகர்ஷிணி, நாமாகர்ஷிணி, பீஜா கர்ஷிணி, ஆத்மாகர்ஷிணி, அம்ருதாகர்ஷிணி, சரீராகர்ஷிணி என்ற பதினாறு ஆகர்ஷிணி தேவதைகள் உள்ளனர். இவர்களுக்கு 'குப்தயோனிகள்' என்று பெயர்.

'குப்தயோனிகள்' என்றால் மறைந்துள்ளவர்கள் என்று பொருள். அதாவது ஸ்தூல சரீரத்தில் வழியில்லாமல் சூட்சுமமாக வெளிப்படுகிறார்கள். ஜீவன் காணும் கனவையும் சூட்சும சரீரத்தையும் அதில் உண்டாகும் அனுப வத்தையும் இந்த ஆவரணம் உணர்த்தும். இந்த தேவதை களுக்கு நாயகி திரிபுரேசி என்ற சக்ரேசுவரி ஆவாள். 'ஸம்' என்பது இதன் ஸங்கிரபீஜ பிரக்ருதியாகும்.

ஸர்வாஸா பரிபூரக சக்ரம்

1. காமாகர்ஷிணி

2. புத்யாகர்ஷிணி

3. அகங்காரகர்ஷிணி

4. சப்தாகர்ஷிணி

5. ஸ்பர்சா கர்ஷிணி

6. ரூபாகர்ஷிணி

7. ரஸாகர்ஷிணி

8. கந்தாகர்ஷிணி

9. சித்தாகர்ஷிணி

10. தைர்யாகர்ஷிணி

11. ஸம்ருத்யாகர்ஷிணி

12. நாமகர்ஷிணி

13. பீஜாகர்ஷிணி

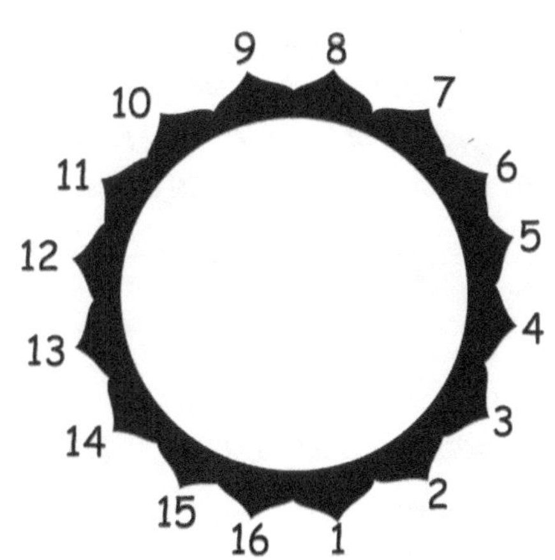

14. ஆத்மாகர்ஷிணி

15. அம்ருதாகர்ஷிணி

16. சரீரா கர்ஷிணி

இ. ஸர்வ ஸம்கேஷாபண சக்ரம்

இது எட்டு இதழ் கமலம். இந்த இதழ்களில் குப்ததர யோனிகள் என்ற பெயருடைய எட்டு சக்திகள் உள்ளனர். அனங்க ருஸ்மா, அனங்க மேகலா, அனங்க மதனா, அனங்க மதனா துரா, அனங்க ரேகா, அனங்கவேகினி, அனங்ககுசா, அனங்க மாலினி என்ற எட்டுசக்திகள் பாசம், அங்குசம், வரதம், அபயம் ஆகியவற்றைக் கைகளில் தாங்கிச் செம்மையான ஆடைகளை உடுத்தி, மலர்மாலை களைத் தரித்துக்கொண்டு மகா திரிபுரசுந்தரியின் தியானத்தில் ஒருமுகப்பட்ட மனம் உடையவர்களாக விளங்குகின்றனர்.

இவர்களுக்கெல்லாம் நாயகியாகிய 'திரிபுரசுந்தரி' என்னும் சக்ரேசுவரீ, சக்ரதேவதைகள் வணங்க முன்னமுள்ள சிம்மாசனத்தில் வீற்றிருக்கிறாள். இந்த யோனிகள் 'சித்சக்தி' எனப்படுவர். 'ஹ்ம்' என்ற சிவபூஜம் இந்தச் சக்ரத்தின் பிரகிருதி. ஜீவனின் காரண சரீரத்தையும் அதில் அடையும் ஆனந்தத்தையும் இவ்வாரணம் குறிப்பிடுகிறது. மஹத் தத்துவம், அஹங்காரம், ஐந்து தன்மாத்திரைகள், ஐம்பூதங்கள், பத்து இந்திரியங்கள், அந்தகரணம், ஜீவன் என்ற எட்டும் இந்த ஆவரணத்தின் எட்டு இதழ்கள்.

1. அனங்க குஸ்மா

2. அனங்க மேகலா

3. அனங்க மதனா

4. அனங்க மதனாதுரா

5. அனங்க ரேகா

6. அனங்க வேகினி

7. அநங்கா குசா

8. அநங்க மாலினி

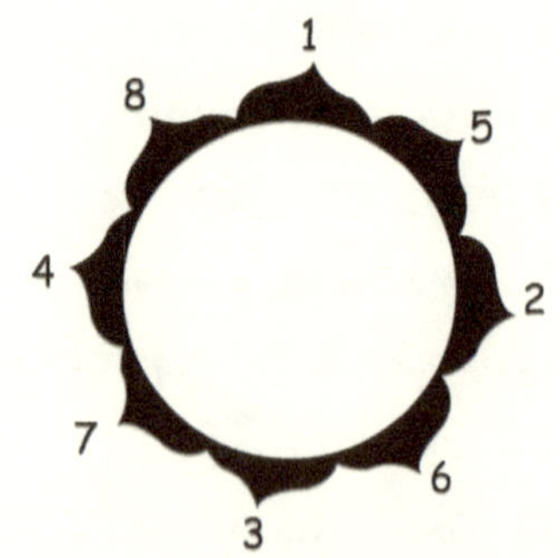

ஈ-1. ஸர்வ ஸௌபாக்கிய தாயகசக்ரம்

இதில் பதினான்கு முக்கோணங்கள் இருக்கின்றன. இந்த முக்கோணங்களில் ஸர்வஸங்கஷோபிணி, ஸர்வவித் ராவிணி, ஸர்வாகர்ஷிணி, ஸர்வாஹ்வாதினி, ஸர்வஸம் மோஹினி, ஸர்வஸ்தம்பிணி, ஸர்வஜ்ரும்பிணி, ஸர்வசங்கரி, ஸர்வரஞ்ஜினீ, ஸர்வோன்மாதினி, ஸர்வார்த்தசாதினி, ஸர்வஸம்பத்திபூரணி, ஸர்வமந்த்ரமயி, ஸர்வவத்யந்த்கரீ என்ற பதினான்கு சம்பிரதாய யோகினிகள் வசிக்கின்றன. இங்கு சித்சக்திக்கு சம்பிரதாய யோகினி என்று பெயர். தன்னை வழிபடுவோருக்கு பரமேஸ்வரன் தானாகவோ அல்லது குரு வடிவாகவோ தோன்றி ஞானத்தை அருள்வார். எனவே சம்பிரதாய யோகினி என்ற பெயர் ஏற்பட்டது.

ஆதிகுருவும் உலக இயக்கத்துக்குக் காரணமானவரும் ஆகிய பரமேஸ்வரன் ஈரேழு பதினான்கு உலகங்களிலும் விளங்கு வதை இவ்வாரணம் குறிப்பிட்டுக் காட்டுகிறது. இந்த விளக்கத்தை அறிவமேத சிறந்த சௌபாக்கியம். ஆதலால் இது ஸர்வஸௌபாக்ய தாயக சக்ரம் என்ற பெயர் பெற்றது. இந்தச் சம்பிரதாய யோகினிகளுக்கெல்லாம் நாயகியானவள் 'திரிபுர வாஸினி' என்ற சக்ரேஸ்வரீ ஆவாள். 'ஈம்' என்ற மாயாபீஜம் இச் சக்ரத்தின் பிரகிருதியாகும்.

பதினான்கு உலகங்களின் சூட்சும இயக்கங்களைப் பற்றித் தெரிந்துகொள்வதும் சிறந்த சௌபாக்கியமாகும். நமது தேகத்தில் பதினான்கு நாடிகளின் துடிப்பையும் இந்தச் சக்ரம் எடுத்துக்காட்டுகிறது. அலம்புஸா, குஹு, வச்வோதரி, வாரணா, ஹஸத், ஜிஹ்வை, யசோவதீ, பயஸ்வனீ, காந்தாரி பூஷா, சங்கினி, சரஸ்வதி, இடா, பிங்களா, சுஷும்நா என்பவை அந்தப் பதினான்கு நாடிகளாகும்.

ஸர்வஸௌபாக்கிய தாயகசக்ரம்

1. ஸர்வஸங்க்ஷோபிணி

2. ஸர்வவித்ராவிணி

3. ஸர்வாகர்ஷிணி

4. ஸர்வாஹ்லாதினீ

5. ஸர்வஸம்மோஹினீ

6. ஸர்வஸ்தம்பினீ

7. ஸர்வஜ்ரும்பிணீ

8. ஸர்வ வசங்கரீ

9. ஸர்வரஞ்ஜினீ

10. ஸர்வோன்மாதினீ

11. ஸர்வார்த்தஸாதினீ

12. ஸர்வஸம்பத்திபூரணி

13. ஸர்வமந்த்ரமயி

14. ஸர்வத்வந்த்வக்ஷயங்கரி

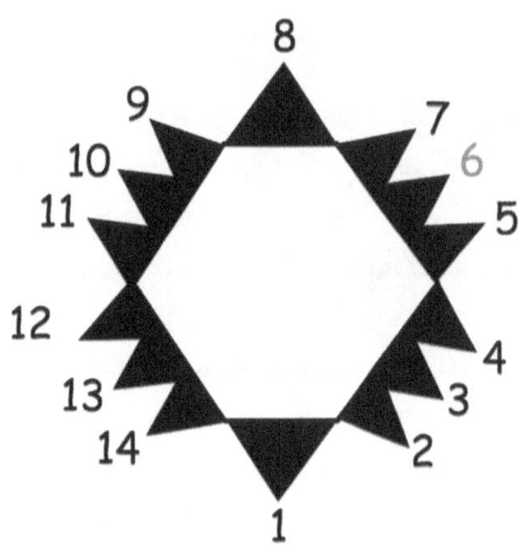

உ. ஸர்வார்த்த ஸாதக சக்ரம்

இது 'பஹிர்த்தசாரம்' என்னும் வெளியே உள்ள பத்து முக்
கோணங்களை உடையது. இக்கோணங்களில் குலோத்தீர்ண
யோனிகள் என்ற பெயருடைய பத்து தேவதைகள் பரிவாரங்
களாக விளங்குகின்றன. ஸர்வஸித்திப்ரதா, ஸர்வஸம்பத்ப்ரதா,
ஸர்வப்ரியங்கரி, ஸ்ர்வமங்களகாரிணி, ஸர்வகாமப்ரதா,
ஸர்வதுக்க விமோசினி, ஸர்வம்ருத்யுப்ரசயமணி, ஸர்வவிக்ன
நிவாரிணி, ஸர்வாங்கஸு-ந்தரி, ஸர்வ செளபாக்கியதாயினி
என்பவர்களே அந்த பத்து பரிவாரதேவதைகள்.

இவர்களுக்கெல்லாம் நாயகி சக்ரேச்வரி என்ற திரிபராஜ்ரீ.
'ஓம்' என்ற பீஜம் இந்தச் சக்ரத்தின் பிரகிருதி ஆகும். இச்
சக்திக்கு 'குலோத்திர்ண யோகினி' என்று பெயர். குலம் என்றால்
ஞானப் பரம்பரை என்று பொருள். உத்திர்ணம் என்றால்
நல்ல முறையில் அபிவிருத்தி செய்தல் என்று பொருள். குரு
சிஷ்ய பரம்பரை வளர்ச்சியை இந்த உபாசனை அளிக்கிறது.

இது பரம புருஷார்த்தத்தை அளிப்பதால் இதற்கு ஸர்வார்த்த
ஸாதக சக்ரம் என்ற பெயர் ஏற்பட்டது. வேதத்தில் உள்ள
நவக்வா, தசக்வா வழிபாடுகளும் இதைச் சேர்ந்ததே.

ஸர்வார்த்த ஸாதக சக்ரம்

1. ஸர்வஸித்திப்ரதா

2. ஸர்வஸம்பதப்ரதா

3. ஸர்வபரியங்கரி

4. ஸர்வமங்களகாரிணி

5. ஸர்வகாமப்ரதா

6. ஸர்வதுக்கவிமோசினி

7. ஸர்வம்ருத்யுப்ரசமனி

8. ஸர்வவிக்னநிவாரணி

9. ஸர்வாங்க ஸுந்தரி

10. ஸர்வஸெளபாக்யதாயினி

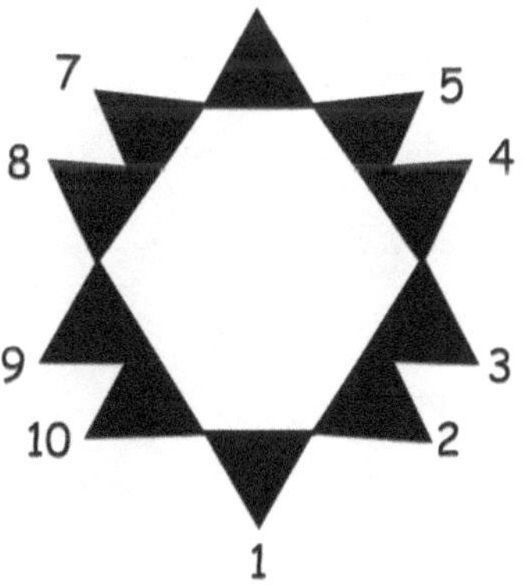

ஊ. ஸர்வ ரக்ஷாகரி சக்ரம்

இது உள்ளே உள்ள பத்து முக்கோணங்களை உடையது.
இவற்றில் உள்ள ஆவரண தேவதைகளுக்கு 'நிகர்ப்ப யோகினிகள்'

என்று பெயர். இவர்கள் ஸர்வஜ்ஞா, ஸர்வசித்தி, ஸர்வைச்வர்யப்ரதா, ஸர்வஜ்ஞானமயீ, ஸர்வவ்யாதி நிவாரிணீ, ஸர்வாதாரஸ்வரூபா, ஸர்வபாபஹரா, ஸர்வா நந்தமயி, ஸர்வரக்விஸ்வ ரூபிணி, ஸர்வேப்ஸிதவபலப்ரதா என்பவர்கள். இதயக் குகையில் ரகசியமாக இந்த யோனிகள் இருக்கின்றனர். இதன் சக்ரேச்வரி திரிபுராமாலினியாகும். 'ரம்' என்ற பீஜம் இந்தச் சக்ரத்தின் பிரகிருதியாகும். இதயகுகை ரகசியத்தை சிஷ்யன் உணரும்படி அருள் பாலிக்கும் சக்திகளின் சொரூபமாக ஜ்யோதிரூபா, வைஷ்ணவதர்சனம், அக்னித்வஷ்டாமயீ. தூம்ரார்ச்சி, உஷ்மா, ஜ்வாலினி, விஸ்புலிங்கிஸ்ஊ்ரீ, ஸஊரூபா, கபிலா, ஹவ்யவாஹினி, கவ்யவாஹிணீ என்பவை இருக்கின்றன.

ஸர்வ ரக்ஷாகரி சக்ரம்

1. ஸர்வஜ்ஞா

2. ஸர்வசித்தி

3. ஸர்வைச்வர்யப்ரதா

4. ஸர்வஜ்ஞானமயீ

5. ஸர்வவ்யாதி நிவாரணீ

6. ஸர்வாதாரஸ்வரூபா

7. ஸர்வபாபஹரா

8. ஸர்வாநந்தமயி

9. ஸர்வரக் ஷாஸ்வரரூபிணீ

10. ஸர்வேப்ஸிதபலப்ரதா

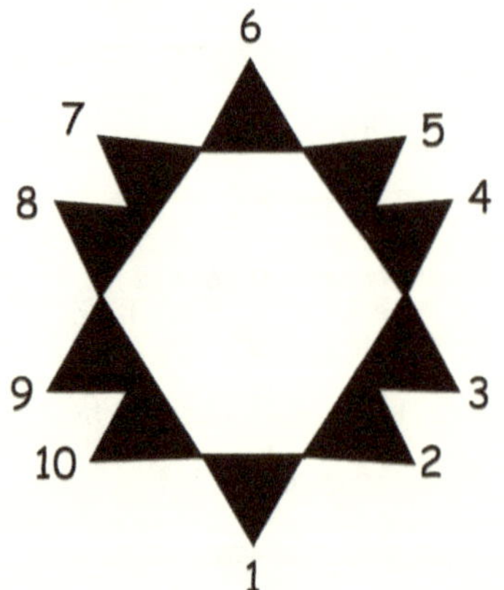

எ. ஸர்வரோக ஹரசக்ரம்

இதில் எட்டுக் கோணங்கள் உள்ளன. இக்கோணங்களில் வசினீ, காமேச்வரீ, மோதினீ, விமலா, அருணா, ஜயனீ ஸர்வேஸ்வரீ, கௌளினீ என்ற பெயர்களுடைய ரகஸ்ய யோனிகள் வசித்து வருகின்றனர். இவர்களுக்கு வாக்

தேவதைகள் என்ற பெயரும் உண்டு. இங்கு சித்சக்திக்கு ரகஸ்ய யோகினிகள் என்று பெயர்.

அஞ்ஞானமே எல்லா நோய்களுக்கும் அடிப்படையாகும். அஞ்ஞானம் நீங்கினால் எல்லா ரோகமும் நீங்கும். அஞ்ஞானத்தை நீக்கி மெய்ஞானத்தைத் தருவதால் இது ஸர்வரோக ஹரசக்ரம் என அழைக்கப்படுகிறது.

குருவினால் உபதேசிக்கப்பட்ட மகாவாக்கியத்தின் பொருள் மனத்திலுள்ள மனோவிருத்திகளைக் குறிக்கும். அந்த மனோவிருத்திகள்தான் அந்த ஆவரணம். அம்மகா வாக்கியம் சிவத்தோடு ஒன்றுபட்ட, சக்தி பாவனையைக் குறிக்கும். இந்தப் பாவனைக்கு 'பிந்து தர்ப்பணம்' என்று பெயர்.

இவர்களுக்கெல்லாம் நாயகி திரிபுரமித்தாம்பாள்' என்ற சக்ரேஸ்வரியாவாள். இவளுக்கு உரிய ஆசனம் மகாபிந்து பீடமாகும். 'கம்' என்ற பீஜம் இந்தச் சக்ரத்தின் பிரகிருதியாகும். சாக்த தரிசனம் நினைத்ததை நிகழச் செய்யும் ஆற்றல் படைத்தது.

1. வசினீ
2. காமேச்வரீ
3. மோதி நீ
4. விமலா
5. அருணா
6. ஜயநீ
7. ஸர்வேச்வரீ
8. கெளலினீ

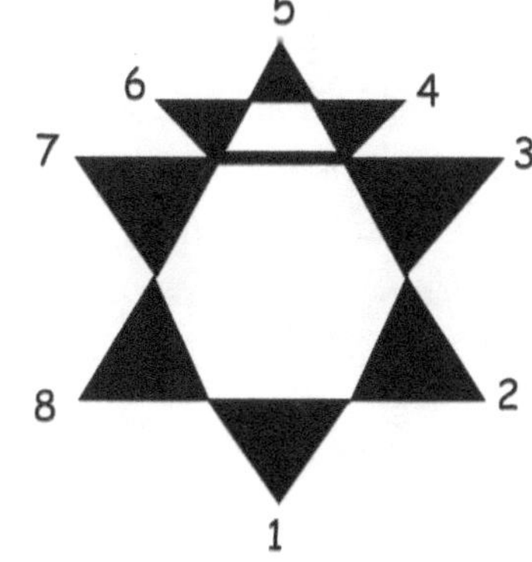

ஏ. ஸர்வ ஸித்திப் பிராதாயக சக்ரம்

இது ஶ்ரீ சக்ரத்தின் நடுவில் உள்ள முக்கோணமாகும். இம் முக்கோணத்திற்கும் அஷ்டகோணத்திற்கும் இடையில்

வலப்பக்கத்திலும் இடப்பக்கத்திலும் மேல்பாகத்திலும் மூன்று நாற்கோணங்கள் உண்டு. இந்த நாற்கோணங்களில் அஸ்த்ர தேவதைகளும் பாணம், வில், பாசம், அங்குசம், மகாகாமேசி, மகாவஜ்ரேச்வரி, மஹாகமாலிநீ ஆகிய தேவதைகளும் வசித்துக் கொண்டிருக்கின்றன. இதன் சக்ரேச்வரி, த்ரிபுராம்பா நாதம் என்பது இச்சக்ரத்தின் பிரகிருதியாகும். இங்கு சித்சக்திக்கு அதிரஹஸ்ய யோகினி என்று பெயர்.

ஸர்வ ஸித்திப் ப்ராதாயக சக்ரம்

1. பாணம்

2. வில்

3. பாசம்

4. அங்குசம்

5. மகாகாமேசி

6. மகாவஜ்ரேச்வரி

7. மகாகமாலிநீ

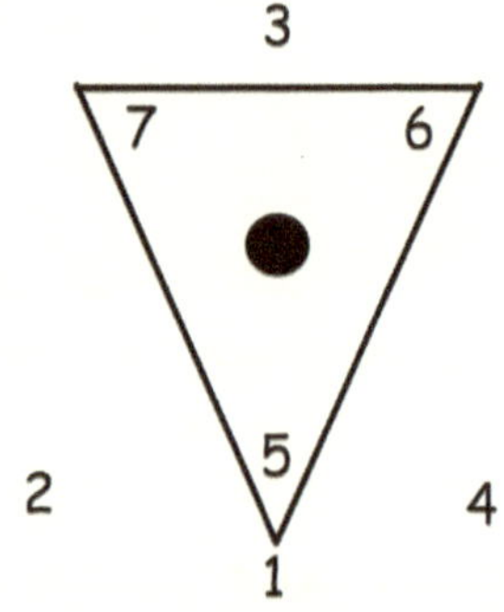

ஐ. சர்வானந்தமய சக்ரம்

இது ஸ்ரீ சக்ரத்தில் மத்தியில் உள்ள பிந்து வடிவமாகும். இதன் சக்ரேச்வரி மகாதிரிபுரசுந்தரி. இந்த ஆவரணம் எல்லா ஆனந்தங்களுக்கும் அப்பால் இருப்பதால் 'சர்வானந்த சக்ரம்' என்று அழைக்கப்படுகிறது. இது வாக்கிற்கும் மனதிற்கும் எட்டாத சொரூபத்தில் உள்ளது. எனவே இங்கு சித்சக்திக்கு 'பராபர அதிசர்வரஹஸ்ய யோகினி' என்று பெயர்.

இங்கு முக்கோணத்தின் நடுவில் ஞானசொரூபமாயும் யோகிகளால் தியானம் செய்வதற்கு உரியதாயும் உள்ள சர்வானந்தமயம் என்னும் பிந்து சக்ரத்தில் மாயாமயங்கள் என்ற கயிறுகளால் கட்டப்பட்டு விளங்கும் கறுப்புப் பட்டுத் திரையும் மல்லிகை, முல்லை முதலிய நறுமணமுள்ள மலர்களால் அழகு செய்யப்பட்ட பஞ்சப் பிரஹ்ம மகா மஞ்சமும் அதன்மேல் விரிக்கப்பட்ட இலவம் பஞ்சு

மெத்தையும் சிவதத்துவம் முதல், பிருதிவி தத்துவம் ஈராகவுள்ள, முப்பத்தாறு தத்துவ ரூபமான படிகளும் சதாச்வ ரூபமான பட்டுத் தலையணைகளும் விளங்கும்.

இப்படிப்பட்ட பெருமை வாய்ந்த மஞ்சத்தின் மேல் திரிலோகசுந்தரனும் காமேச்வரனுமான பரப்ரஹ்மம், பாசம், அங்குசம், கரும்பு, வில், புஷ்ப பாணங்களைத் தன்னுடைய நான்கு கைகளிலும் ஏந்திக்கொண்டு சிறந்த ஆடை ஆபரணங்களை அணிந்து அழகிய அறமாதர்கள் பலர் வெண்சாமரை வீசிக்கொண்டும் இனிய வீணாகானம் செய்து கொண்டும் மற்றும் பல உபசாரங்களைச் செய்து கொண்டும் சூழ்ந்து நிற்க, மகா வைபவத்தோடு அமர்ந்திருப்பார்.

அவரது இடதுதொடையாகிய மகாபீடத்தின்மேல் திரிலோக மோகினியும் படைத்தல் முதலான ஐந்து தொழில்களுக்கும் காரணமானவளும் சகல லோகமாதாவும் குங்குமப்பூவைப் போல அழகிய மேனியை உடையவளும்; ஆவரண சக்ரப் பரிவாரங்களுக்குத் தலைவியும் பரப்ரஹ்ம சக்ரமயமான வளும் மகா ஓட்டியான பீட சொரூபியும் யாவற்றுக்கும் நாயகியுமான 'மகாதிரிபுர சுந்தரி தேவி' விளங்குகிறாள்.

இந்த பிந்துவோடு கூடிய முக்கோணத்தின் மேலுள்ள நாற் கோணத்தில் சாதகனுடைய வலப்பக்கத்தில் இருந்து இடப் பக்கமாக உள்ள மூன்று இடங்களில் குருமண்டல தேவதைகள் விளங்குவார்கள். அவ்விடங்களில் ஓக குரு மண்டலம் என்ற மூன்று மண்டலங்கள் விளங்கும்.

இந்த மண்டலங்களில் உள்ள தேவதைகளின் பெயர்கள் அவரவர்களின் சம்பிரதாயத்திற்கு ஏற்றவாறு மாறுபடும். இந்தச் சம்பிரதாயங்கள் பலவகைப்படும். அவற்றுள் காதி வித்யா சம்பிரதாயம், ஹாதி வித்யா சம்பிரதாயம், ஸாதி வித்யா சம்பிரதாயம், மகா ஷோடசி சம்பிரதாயம், பராசம்பிரதாயம் என்பன முக்கியமானவை.

இக்குரு மண்டலங்களில் மூன்று இடங்களில் உபாசகர் தனது குருவையும் பரமகுருவையும் பரமேஷ்டி குருவையும்

பாவித்துப் பூஜை செய்ய வேண்டும். திவ்ய ஓக, சித்த ஓக, மானவஓக என்று குருமண்டலம் மூன்றாக உள்ளன.

நித்யா தேவதைகள்.

நடுமுக்கோணத்தில் மூன்று இடங்களிலும் ஒவ்வொரு இடத்திலும் ஐந்து முக்கோண தேவதைகள் மூலம் பதினைந்து தேவதைகள் விளங்குகின்றனர். காமேஸ்வரீ, பகமாலினீ, நித்யக்லின்னை, பேருண்டா, வந்நிவாசினீ, மகாவஜ்ரேஸ்வரி, சிவதூதி, த்வதிரை, குளசுந்தரீ, நித்யை, நீலபதாகா, விஜயா, சர்வமங்களா, ஜ்வாலாமாலினி, சித்ரா என்ற இந்த பதினைந்து நித்யா தேவிகளைப் பிந்துவில் உள்ளவர்களாகப் பாவிக்க வேண்டும். மற்றும் அந்த நடுதிரிகோணத்தில் நான்கு திசைகளிலும் காமேஸ்வர, காமேசுவரி ஆகியோரின் ஆயுதங்களாகிய பஞ்ச பாணங்கள், வில், பாசம், அங்குசம் என்ற ஆயுத தேவதைகள் விளங்குவர்.

இந்தப் பதினைந்து தேவதைகளை எவ்வாறு துதிக்க வேண்டும் என்பதைப் பற்றி நித்யாதேவியை வழிபடும் முறைகள் என்ற தலைப்பில் வேறொரு அத்தியாயத்தில் குறிப்பிடப்பட்டு உள்ளது.

ஸ்ரீ சக்ரம்
ஸ்ரீ மகாமேரு

1. நமது உடலில் நவதுவாரங்கள் உள்ளன. இந்த ஒன்பது துவாரங் களும் குருவின் வடிவங்களாகும்.

2. நவ சக்ர மயமாக விளங்கும் ஸ்ரீ சக்ரமே நமது உடலாகும்.

3. நமது உடலிலுள்ள எலும்பு தாதுவே வாராஹியாகும். மாமிசமே குருகுள்ளா தேவியாவாள். இவற்றில் வாராஹி பிதாவாகும். குருகுள்ளாதேவி தாயாகும்.

4. நான்கு சமுத்திரங்களே தர்மம் முதலான புருஷார்த்தங்கள்

5. நமது உடலே நவரத்தினத் தீவாகும்.

6. மாமிசம், உரோமம், துவக்கு (சருமம்), ரத்தம், சுக்கிலம், மஜ்ஜை, அஸ்தி, மேதை, ஓஜஸ்ஸு என்னும் ஒன்பது தாதுக்களும் புஷ்பராகம், நீலம், வைரம், வைடூரியம், பவழம், முத்து, மரகதம், மாணிக்கம், பத்மராகம் என்ற நவரத்தின கண்டங்களாகும்.

7. நம் மனத்தின் எண்ணங்களே சந்தானம், ஹரிசந்தானம், மந்தாரம், பாரிஜாதம், கதம்பம், என்னும் கற்பகத் தருக்களாகும்.

8. நாவினால் உணரத்தக்க இனிப்பு, புளிப்பு, கசப்பு, உவர்ப்பு, கார்ப்பு, துவர்ப்பு என்னும் சுவைகளே வஸந்தம் முதலான ஆறு பருவங்களாகும்.

எல்லாம்
ஸ்ரீ சக்ரம்

9. ஞானமே விசேஷ அர்க்கியம் ஆகும். ஐம்புலன் களால் சுட்டியறியக்கூடிய யாவும் நைவேத்தியப் பொருள்களாகும்.

10. அறிபவனே ஹோமம் செய்பவன் ஆவான். ஞாதுரு, ஞானம், ஞேயம் என்பவற்றின் வேற்றுமையின்மையே ஸ்ரீ சக்ரபூஜையாகும்.

11. நியதியோடுகூடிய ஒன்பது ரசங்களும் அனிமா என்ற பத்து ஸித்திதேவதைகளாம்.

12. காமம், குரோதம், லோபம், மோகம், மதம், மாத்சரியம், புண்ணியம், பாபம் இவையெட்டும் பிராஹ்மி முதலிய எட்டு மாத்ருகா சக்திகளாம்.

13. மூலாதாரம், ஸ்வாதிஷ்டானம், மணிபூரகம், அநாஹதம், விசுத்தி, ஆஞ்ஞை என்னும் ஆறு ஆதாரங்களும் மூலா தாரத்திற்குக் கீழுள்ள குளஸஹஸ்ராரமும் உள் நாக்கும் சேர்ந்து ஒன்பது ஆதாரங்கள். இவற்றின் ஸ்மஷ்டி ஒன்று ஆக பத்தும் சர்வ ஸம்க்ஷோபணம் முதலிய பத்து முத்ரா தேவதைகளாகும்.

14. பிருதவி, அப்பு, தேயு, வாயு, ஆகாசம், கரோத்திரம், துவக்கு, சட்சு, ஜிஹ்வை, கிராணம், வாக்கு, பாணி, பாதம், பாயு, உபஸ்தம் என்ற பதினைந்தும் இவ்வாறு விகாரப்பட்ட மனமும் சேர்ந்து பதினாறும் பதினாறிதழ் கமலத்திலுள்ள காமாகர்ஷிணி முதலிய பதினாறு சக்திகளாகும்.

15. பேசுதல், ஏற்றுக்கொள்ளுதல், நடத்தல், கழித்தல், ஆனந்தமாக இருத்தல் என்னும் ஐந்து கர்மேந்திரி யங்களின் தொழில்களும் தியாகபுத்தி, கிரகிக்கும் புத்தி, உபேக்ஷா புத்தி ஆகிய எட்டும் அஷ்ட கமலத்திலுள்ள எட்டு சக்திகளாகும்.

16. அலம்புஸா, குஹூ, விச்வோதரி, வாரணா, ஹஸ்தி, ஜிஹ்வை, யசோவதி, பயஸ்வினீ, காந்தாரீ, புஷா

சங்கினி, ஸரஸ்வதி, இடை, பிங்கலை,கழுமுனை என்ற பதினான்கு நாடிகளின் சக்திகளே சர்வ ஸங்க்ஷோபிணி முதலிய பதினான்கு கோண தேவதைகளாவர்.

17. பிராணன், அபானன், வியானன், உதானன், ஸமானன் போன்ற பத்து வாயுக்கள் சர்வ ஸித்திப் பிரதை முதலிய பத்து தேவதைகளாவர்.

18. மேற்கூறிய தசவாயுக்களோடு சேர்க்கையாகும் உபாதி பேதத்தினால் ஜாடராக்கினியானது ரேசகம், பாசகம், சோஷகம், தாஹகம், ப்லாவஹம் என்னும் தொழில் களைச் செய்கிறது.

19. ரேசகம் முதல் மோஹகம் வரையுள்ள பத்து அக்கினிக் கலைகளே அந்தர்த்தசார சக்ரத்திலுள்ள ஸர்வக்ஞாதி பத்து சக்திகளாவர்.

20. சீதம், உஷ்ணம், சுகம், துக்கம், இச்சை, ஸத்வம், ரஜஸ், தமஸ் என்பன அஷ்டகோண சக்ரத்தின் சக்திகளாகிற வசனீ முதலியவராவர்.

21. சப்தம்,ஸ்பரிசம், ரூபம், ரஸம், கந்தமென்னும் பஞ்ச தன்மாத்திரைகளே ஐந்து புஷ்ப பாணங்களாகும்.

22. மனம் கரும்புவில்லாகும்

23. ராகமே (ஆசை) பாசம்

24. துவேஷம் - அங்குசம் - பாசாங்குச தனுர் பாணங்கள் பரதேவதையின் ஆயுதங்கள்.

25. அவ்யக்தம், ம்ஹத்தத்வம், அஹங்காரம் என்ற மூன்றும் காமேஸ்வரீ, வஜ்ரேஸ்வரீ, பகமாலினீ என்னும் மத்தியதிரிகோண சக்திகள்.

26. நிருபாதிக்ஞானமே ஸ்ரீ காமேஸ்வரர்.

27. எப்போதும் ஆனந்தமாயுள்ள ஆத்ம ஸ்வரூபமே பரதேவதையாகிய. 'ஸ்ரீ லலிதை' ஆவாள்.

28. அடிக்கடி அனுசந்தானம் செய்வதே உபசாரங்களாகும்.

29. நான், நீ, உண்டு, இல்லை, செய்யத்தக்கது, செய்யத் தகாதது, உபாஸிக்கத்தக்கது என்னும் விகற்பங்களை ஆத்மாவில் ஒன்றுபடுத்துதலே ஹோமமமாகும்.

30. இவ்வாறு ஒரு முகூர்த்த காலம் பாவிக்கும் சாதகன், ஜீவன் முக்தன் ஆகிறான். அவனே சிவயோகியாவான்.

இவ்வாறு சாதகன் ஸ்ரீ சக்ரத்துக்கும் தன் சரீரத்துக்கும் யாதொரு பேதம் இல்லை என்று நன்கு அறிவதுடன், பூமி முதல் சொர்க்கம் வரை ஸ்ரீ சக்ரத்தைவிட வேறு இல்லை என்றும் அறிதல் வேண்டும்.

ஸ்ரீமுத்துசாமி தீட்சிதர் பல கீர்த்தனை
களைப் பாடியுள்ளார். அவரது
கீர்த்தனைகளில் வேதங்கள், உபநிடதங்
கள், வேதாந்தங்கள், சாஸ்திரங்கள்,
இதிகாசங்கள், புராணங்கள், ஆகமங்கள்,
மந்திரசாஸ்திரங்கள் முதலியவற்றில்
கூறப்பட்டுள்ள தத்துவங்கள் இடம்
பெற்றுள்ளன.

இவற்றுள் பஞ்சதாக்ஷரி மந்திரத்தை
அப்படியே ஜபிக்கும் முறையில்
அமைத்துப் பாடியதுதான் 'ஸ்ரீராஜ
ராஜேஸ்வரி' என்ற கீர்த்தனை.
மத்யமாவதி ராகத்தில் அமைந்த
கீர்த்தனை இது.

பராசக்தியின் ஆராதனக் கிரமங்களில்
உள்ள நவாவரணங்களை விளக்கும்
சுருதிகள் 'கமலாம்பிகா' நவாவரணக்
கீர்த்தனைகளில் இடம்பெற்றுள்ளன.
அவற்றுள் ஒன்றைப்பற்றி கீழே
தரப்பட்டுள்ளது.

**சங்கீதத்தில்
ஸ்ரீ சக்ரம்**

ஸ்ரீபுரம் என்பது திருவாரூர். ஸ்ரீநகரம்
கமலாலயம் போன்ற சொற்கள் ஒரே
பொருளைத் தருகின்றன. அம்பாள்,
கமலாம்பிகாதேவி சித்சக்தி, லலிதா,
மகாதிரிபுரசுந்தரி என்றெல்லாம்
கொண்டாடப்படுகிறாள்.
ஸ்ரீலலிதாம்பிகை நித்யவாசம் செய்யும்
ஸ்தானம் ஸ்ரீ சக்ரமாகிறது. பிந்து,
திரிகோணம், அஷ்டகோணம், இரண்டு
தசகோணங்கள், பதினான்கு
கோணங்கள் அஷ்டதள பத்மம்,

பதினாறு தள பத்மம், மூன்று விருத்தங்கள், பூபுரம் இவை எல்லாம் சேர்ந்து விளங்குவது ஸ்ரீ சக்ரம். இது லலிதா பரமேஸ்வரிக்கு உரிய ஸ்தானம். இதை விளக்கும் சுலோகம் பின்வருமாறு.

> '**பிந்து திரிகோண வஸுகோண தசராயுக்ம**
> **மந்வசர நாகதள ஸம்யுதஷோடசாரம்**
> **வ்ருத்தத்ரயம் ச தரணீ ஸதனத்வயம் ச**'

இந்தச் சக்ரத்தில் பிந்து முதல் பூபுரம் வரையில் ஒன்பது அவாந்த சக்ரங்கள் உண்டு.

1. பிந்து   - ஸர்வாநந்தமயம்
2. திரிகோணம்   - ஸர்வஸித்திப்ரதம்
3. அஷ்டகோணம்   - ஸர்வரோகஹரம்
4. உள்தசாரம்   - ஸர்வரக்ஷாகரம்
5. வெளித்தசாரம்   - ஸர்வார்த்தஸாதகம்
6. மந்வச்ரம்   - ஸர்வஸௌபாக்கிய தாயகம்
7. அஷ்டதளம்   - ஸர்வஸம்க்ஷோபணம்
8. ஷோடசதளம்   - ஸர்வாசாபரிபூரகம்
9. பூபுரம்   - த்ரைலோக்ய மோஹனம்

இந்த ஒன்பது சக்ரங்களில் விளங்கும் தேவதைகளுக்கு ஆவரணதேவதைகள் என்று பெயர். இந்த தேவதைகளுக்குத் தலைவியாக விளங்குபவள் ஸ்ரீ சக்ரேஸ்வரி. இந்த தத்துவங் களை விவரித்து ராக தாளங்களோடு பாடப்பட்டவையே நவாவரண கீர்த்தனங்கள் ஆகும்.

முதலாவதாக வரும் தியான கீர்த்தனத்தில் 'கமலாம்பிகே ஆச்ரிதகல்பலதிகே' என்ற கீர்த்தனை தோடி ராகத்தில் ரூபக தாளத்தில் அமைந்துள்ளது.

காமகலாஸ்வரூபிணீ

கமலாம்பிகையின் நிர்குண சொரூபமும் ஸகுண நிராகாரம், ஸகுண ஸாகரம் முதலிய தத்துவங்களும் இந்தக் கீர்த்தனத்தில் சொல்லப்படுகின்றன.

நிர்க்குணம்

மாயையைக் கடந்திருத்தல், அகண்ட ஏக ரஸ பூரண தத்துவங்கள் சொல்லப்படுகின்றன.

ஸகுண நிராகாரம்

சிவசக்தி சொரூபம், சண்டிகா சொரூபம், சுந்தரி, ஜகதம்பிகா, ஸகலலோகநாயகி, அருணா, கருணார்ணவா முதலான திருநாமங்கள் விளக்கப்படுகின்றன.

ஸகுண ஸாகரம்

கமலாஸனாதி பூஜிதகமலபதம், வினோதசரணம், வியதாதி பூதகிரணா, கரவிதிருதசுகா, ஸங்கீத ரஸிகா, ஸதாசிவ அந்தகரண வடிவம் பெற்றவள், கமலாலய தீர்த்த வைபவம் இதில் கூறப்படுகின்றன.

மந்த்ரரூப சூக்ஷ்ம வடிவம்

அ, க, ச, ட, தப முதலிய 51 அட்சர சொரூபம் சொல்லப் படுகிறது.

அருள் வடிவம்

பாபங்களை ஒழித்து அருள் செய்யும் தன்மைகள் முதலானவை கூறப்படுகின்றன.

ஸதாசிவ அந்தகரணே

சிருஷ்டி, ஸ்திதி, ஸம்ஹாரம், திரோபவம், அனுக்ரஹம் இந்த ஐந்து செயல்களில் அனுக்ரஹ கர்த்தாவான ஸதாசிவத்தின் அந்தகரணத்தில் அதிஷ்டான ரூபமாய் விளங்குபவளே என்று தேவி போற்றப்படுகிறார்.

முதலாவது ஆவரணம்

அடுத்து முதலாவது ஆவரண கீர்த்தனையைப் பார்க்கலாம். இந்த ஆவரணம் மூன்று சதுரங்களோடு கூடியதும்

திரைலோக்ய மோஹனம் என்ற பெயரை உடையதும் ஆகும். இந்த ஆவரணத்துக்கான கீர்த்தனை 'கமலாம்பா ஸம்ரக்ஷதுமாம்' என்பதாகும். ஆனந்தபைரவி ராகத்தில் அமைந்தது. இந்த கீர்த்தனையின் கருத்து பின்வருமாறு:

'என்னுடைய இதயத்தில் வசிப்பவளும் தேவதைகளாலும் ஞானிகளாலும் ஆராதிக்கப்படுபவளும், செந்தாமரை போன்ற முகம் படைத்தவளும், சுந்தரர் என்ற காமேஸ் வரருடைய மனத்துக்கு இனியவளும், அஞ்ஞானத்தை அகற்றி மோட்சநிலையை அனுக்கிரஹம் செய்பவளும், பிரணவமாகிய கூட்டில் வசிக்கும் சுயமாகவே ஒளிவீசும் கிளி போன்றவளும், ஒன்பது சக்ரேஸ்வரியின் வடிவம் படைத்தவளும், அணிமா முதலிய பத்து ஸித்திகள், பிராஹ்மி முதலிய எட்டு மாத்ருசக்திகள், ஸர்வஸம் க்ஷோபிணி முதலிய பத்து முத்ராசக்திகள் ஆக இருபத் தெட்டு சக்திகளுக்கு நாயகியும், பதினைந்து நித்யா தேவி சொரூபிணியும், பூபுரம் என்ற திரைலோக்ய மோஹன சக்ரத்தில் வசிப்பவளும், பிரகடயோகினியும், தேவர்களின் பகைவர்களான மஹிஷன் முதலானவர்களை வதைத்த வளும், வேத புராணங்களால் உணர்த்தப்படுபவளும், திரிபுரசுந்தரியும் குருநாதனான குகக்கடவுளின் தாயும் விஷ்ணுவின் சகோதரியும் உள்ளங்கை போன்ற வயிற்றை உடையவளும் ஸ்தூல சூட்சும, காரண சரீரங்களின் அதிஷ்டான ரூபிணியும் மகேஸ்வரியுமான கமலாம்பாள் என்னை ரட்சிக்கட்டும்.' என்பதே பாடலின் அழகிய கருத்து.

இதுபோல் மற்ற நவாவரண கீர்த்தனங்களிலும் பல மந்திர, தத்துவ விளக்கங்கள் இடம்பெற்றுள்ளன. குருவின் மூல மாகவே இவற்றை அறிந்துகொள்ள வேண்டும்.

உலகில் உள்ள ஏழு அதிசயங்களில் பிரமிடும் ஒன்றாகும். எகிப்து நாட்டின் தலைநகரான கெய்ரோவிற்குச் சுமார் 10 கிலோ மீட்டர் தொலைவில் 'கிரேட் பிரமிடு' அமைந்துள்ளது. இது சுமார் 6000 ஆண்டுகளுக்கு முன்பு கட்டப் பட்டது.

எகிப்தில் சுமார் 30 பிரமிடுகள் உள்ளன. இவை சிறியதும் பெரியது மாக உள்ளன. இவற்றுள் முக்கிய மானதும் முதன்மையானதும் எது வென்றால் உலக அதிசயமான 'கிரேட் பிரமிடு' ஆகும். இது மிகப் பழமை யானது. எகிப்தியர்களின் கட்டடக் கலைக்கு ஒரு சிறந்த எடுத்துக்காட்டாக உள்ளது.

ஸ்ரீ சக்ரமும் பிரமிடுகளின் அமைப்பு முறையும்

பிரமிடின் உள்ளே வெளிக்காற்று வருவதற்கு வழி செய்யப்பட்டிருக் கிறது. இவ்வெளிக்காற்றினால் பிரமிடின் உள்ளே ஆண்டு முழுவதும் ஒரே சீரான வெப்பநிலை இருந்து வருகிறது. இந்த உண்மையை 'ஹவார்ட் வைஸ்' என்ற ஆராய்ச்சியாளர் கண்டுபிடித்தார். பிரமிடின் மையப்பகுதியில் காந்த சக்தி குவிகிறது என்ற என்கிறார்கள் ஆராய்ச்சியாளர்கள்.

பிரமிடின் மையப்பகுதியில் ஒரே நேர் கோடு வரைந்தால் அக்கோடு உலகில் உள்ள ஐந்து கண்டங்களையும் கடல்களையும் சரிசமமாக இரு பகுதிகளாகப் பிரிக்கிறது. அனைத்துக்

கண்டங்களுக்கும் பொதுவான புவியீர்ப்பு மையப்பகுதியில் கிரேட் பிரமிடு அமைந்துள்ளது. கிரேட் பிரமிடின் உயரத்தை 100 கோடியால் பெருக்கினால் சூரியனுக்கும் பூமிக்கும் இடையே உள்ள தூரம் கிடைக்கும். அரை விநாடி நேரத்தில் பூமி செல்லும் தூரத்தில் ஆயிரத்தில் ஒரு பாகத்தை கிரேட் பிரமிடின் ஒரு பக்க அடிப்பாக நீளமாக அமைத்திருக் கிறார்கள்.

பல ஆராய்ச்சியாளர்கள் பிரமிடை ஆராய்ந்து தங்கள் கருத்துக்களை வெளியிட்டுள்ளார்கள். அவர்களில் முக்கிய மானவர்கள் கேப்டன் கேவிஜிலியா என்பவரும் கர்னல் ஹலால் வைஸ் என்பவருமாவார். பிரதான இரு அறை களைக் கண்டுபிடித்து அவற்றிற்கு அரசர் அறை (king Chamber), அரசி அறை (Queen Chamber) என்று பெயரிட்டனர்.

ஸ்ரீசக்ரத்தின் வேறுவகையான அமைப்பே உலக அதிசயங் களில் ஒன்றான பிரமிடுகள் எனச் சமீபத்தில் அங்கே விஜயம் செய்த ஆராய்ச்சியாளர்கள் நிரூபித்திருக்கிறார்கள். ஸ்ரீ சக்ர வடிவமான பிரமிடுகளில் அமர்ந்து ஸ்ரீ சக்ரத்தை வரைந்தால் மேலும் அதற்கு மகிமை உண்டு என்றும் நிரூபிக்கப் பட்டுள்ளது.

பிரமிடுக்குள் ஒரு அற்புதமான 'வைப்ரேஷன்' இருப் பதையும் அதனுள் வைக்கப்படும் எந்தப் பொருளும் கெடுவ தில்லை என்றும் கண்டுபிடிக்கப்பட்டுள்ளது. அசல் பிரமிடு களைப் போல அதே கோணத்தில் செய்யப்படும் காகிதம், அட்டை பிரமிடுகளைக் கொண்டுகூட வியக்கத்தக்க முறையில் நோய்களைக் குணப்படுத்த முடியும். பொருள் களை அழுகாமல் பாதுகாக்கமுடியும் என்ற உண்மையை நீண்ட ஆராய்ச்சிக்குப் பின் கண்டுபிடித்தார்கள்.

பிரமிடுக்குள் சென்று வந்தவர்களின் உணர்வுகள் அவர்களுக்கே உரியது. அதை வார்த்தைகளால் விவரிப்பது கடினம். பிரமிடுக்குள் ஒரு குறிப்பிட்ட கோணத்தில் குறிப்பிட்ட உயரத்தில் ஒரு மண்டபம் போல் அமைத்

திருக்கிறார்கள். அந்த இடம்தான் 'கிங் சேம்பர், குயின் சேம்பர்' என்றெல்லாம் அழைக்கப்படுகிறது.

பிரமிடுகளின் கோமணங்களில், ஸ்ரீ சக்ரத்தின் கோணங்களும் பலவகையில் ஒத்துப்போகின்றன. ஸ்ரீ சக்ரத்தின் கோணங் களை வரிசையாக அடுக்கினால் எப்படி இருக்குமோ அப்படித் தான் பிரமிடுகள் துல்லியமாக அமைந்து இருக்கின்றன.

சூரியனையே முதற்காரணமாகக் கொண்டு அதன் அடிப் படையில் பிரமிடுகள் கட்டப்பட்டுள்ளன. ஸ்ரீ சக்ரத்தில் உள்ள ஒன்பது ரேகைகளே ஆகாயத்தில் உள்ள நவக் கிரகங்கள் ஆகும். திரு.ஆர்.கே.எஸ். முத்துகிருஷ்ணன் என்பவர் மதுரையைச் சேர்ந்தவர். இவர் முக்கோண வடிவில் அமைந்துள்ள எகிப்திய பிரமிடுகளுக்கும் ஸ்ரீசக்ராவின் முக்கோணங்களுக்கும் உள்ள ஒற்றுமையைப் பற்றி ஆராய்ச்சி செய்து முடிவுகளை அறிவித்துள்ளார். 'இந்துஸ்தான் டைம்ஸ்' தனது தலையங்கத்தில் எழுதி இவரை ஆராய்ச்சியாளராகக் கௌரவப் படுத்தியுள்ளது.

அண்டவெளி சக்தி என்று கூறப்படும் காஸ்மிக் கதிர்களைக் கொண்டு மனித வாழ்க்கையைச் சீராக்க முடியுமென்பதை 5000 வருடங்களுக்கு முன்பு வாழ்ந்த எகிப்தியர்கள்

அறிந்திருந்தனர். இதே முறையைப் பயன்படுத்தி காஸ்மிக் கதிர்களை ஸ்ரீ சக்ராவின் மூலம் பெறமுடியும் என்று ஆராய்ச்சிகள் மூலம் நிரூபிக்கப்பட்டுள்ளன.

'ஜிஸா' என்ற பிரமிடின் அடிப்படை முக்கோணம் ஸ்ரீ சக்ராவை ஒத்துள்ளது. பாரோ மன்னர்கள் காஸ்மிக் கதிர்களின் வலிமையை உணர்ந்து ராஜா, ராணி ஆகியோர் தங்கும் இடங்களில் காஸ்மிக் கதிர்கள் நன்கு பாயும் வண்ணம் அமைத்துள்ளனர்.

நோயுற்ற அரசனை பிரமிடுக்குள் எடுத்துச் சென்று சூரிய வெப்பம் படும் இடத்தில் அவரைப் படுக்க வைத்து முழுமையாகக் குணம் அடையும்படி செய்தனர். பிரமிடுகள் பிரசவ அறைகளாகவும் பயன்படுத்தப்பட்டன. இரண்டாம் உலகப்போரின்போது இரும்புக்குத் தட்டுப்பாடு ஏற்பட்ட போது மேல்நாட்டு விஞ்ஞானிகள், ஏற்கெனவே பயன் படுத்திய பழையபிளேடுகளை முக்கோண வடிவ பிரமிடுனுள் சில காலம் வைத்துப் பின்பு எடுத்து அவற்றைப் பயன்படுத்தினர்.

அண்டவெளிசக்தியை (cosmic energy) தன்பால் இழுக்கும் வல்லமை ஸ்ரீ சக்ராவுக்கு உண்டு என்பதால் ஆண்டவன் உறையும் தலங்கள் அனைத்திலும் சக்ரங்கள் பதிக்கப் பட்டன. ஸ்ரீ சக்ராவை வீடுகளிலும் வியாபாரக் கடை களிலும் வைக்கலாம். ஸ்ரீ சக்ரம் உள்ள இடங்களில் துர்தேவதைகளினால் தொல்லை இருக்காது.

உலகிலேயே ஒப்புயர்வற்ற அழகியான ஸ்ரீராஜராஜேஸ்வரி உறையும் இடம்தான் இந்த ஸ்ரீசக்ரம். ஸ்ரீகௌடபாதர் ஸ்ரீ சக்ரம் பற்றிய விளக்கங்களை தனது சீடரான ஆதிசங்கரருக்கு அருளினார். ஆதிசங்கரர் இந்த ஸ்ரீ சக்ரத்தை ஆலயங்களில் பிரதிஷ்டை செய்து இதன் மகத்துவத்தை 1200 ஆண்டுகளுக்கு முன்பே உணர்த்தினார்.

எனவே ஸ்ரீ சக்ரமும் பிரமிடும் ஒரே தத்துவத்தை அடிப் படையாகக் கொண்டவை என்பதை உணரலாம்.

ஸ்ரீலலிதா பரமேஸ்வரியின் உபா சனைக்கு ஸ்ரீ சக்ரம் முக்கிய துணையாக உள்ளது. எனவே ஸ்ரீ சக்ரத்தின் துணை யோடு அன்னையை ஜபம் செய்யும் முறையைப் பார்ப்போம்.

காலையில் எழுந்து குளித்துவிட்டுத் தூய ஆடையை அணிந்துகொண்டு கிழக்கு நோக்கி நின்றுகொண்டு ஜெபம் செய்ய வேண்டும்.

ஆசமனம்

முதலில் செய்ய வேண்டியது ஆச மனம். வலதுகை சுண்டுவிரலையும் கட்டை விரலையும் தவிர்த்து மற்ற மூன்று விரல்களை உள்ளங்கைப் பக்கம் வளைத்தால் உள்ளங்கையில் சிறு குழி விழும்.

ஜபம்
செய்யும் முறை

அதில் சிறிது தீர்த்தத்தை விட்டு (நீரை விட்டு) முதலில் 'ஆத்மதத்வாய ஸ்வாஹா' என்று சொல்லி நீரைப் பருக வேண்டும். இதேபோல் மீண்டும் தீர்த்தத்தை உள்ளங்கையில் விட்டு 'வித்யா தத்வாய ஸ்வாஹா' என்று சொல்லிப் பருக வேண்டும். பிறகு மீண்டும் தீர்த்தத்தை மூன்றாவது முறை யாக விட்டு 'சிவதத்வாய ஸ்வாஹா' என்று சொல்லிப் பருக வேண்டும். மீண்டும் நான்காவது முறையாகத் தீர்த்தத்தை உள்ளங்கையில் விட்டு 'ஸர்வ தத்வாய ஸ்வாஹா' என்று சொல்லிப் பருகே வேண்டும்.

கணபதி தியானம்

பின்னர் கீழ்கண்ட தியான மந்திரத்தைச் சொல்லித் தலையில் குட்டிக்கொள்ள வேண்டும்.

**'ஸ்ரீக்லாம் பரதரம் விஷ்ணும் ஸஸிவர்ணம் சதுர்புஜம்
ப்ரஸன்னவதனம் த்யாயேத் ஸர்வ விக்னோப ஸாந்தயே'**

பின்பு தலையில் உள்ள அமிர்தம், எல்லா நாடிகளிலும் இறங்கிப் பாய்வதாக நினைத்துக்கொண்டு அத்தலையின் இருபக்கமும் ஐந்து முறை குட்டிக்கொள்ள வேண்டும்.

குருவணக்கம்

பின்னர் கீழ்கண்ட குரு ஸ்துதியைச் சொல்ல வேண்டும்.

**'குரூர் ப்ரஹ்மா குரூர் விஷ்ணுர்
குரூர் தேவோ மஹேச்வர:
குரு சாக்ஷாத் பரம்ப்ரஹ்ம
தஸ்மை ஸ்ரீ குருவே நம:'**

இதன் பொருள்

குருவே பிரம்மா. குருவே விஷ்ணு, குருவே மஹேஸ்வரன், குருவே பரப்ரஹ்மம் ஆகும். அப்படிப்பட்ட குருவிற்கு வணக்கம்.

பிராணாயாமம்

ஆள்காட்டி விரலையும் நடுவிரலையும் மடக்கிக் கட்டை விரல் மற்றும் மோதிர விரல்களால் மூக்கை இருபுறமும் தொட்டுக் கொண்டு வலப்பக்கம் அழுத்தி, இடப்பக்க மூக்கு வழி மூச்சை உள்ளே இழுத்துப் பின் இருபுறமும் அழுத்தி மூச்சை உள்ளே நிறுத்தி முடிவில் வலப்பக்க நாசி வழியாக மெதுவாக மூச்சை விட வேண்டும். அப்போது ஜெபம் செய்யும் இஷ்ட மந்திரத்தை மனத்தால் நினைத்துக்கொள்ள

வேண்டும். (பிராணாயாம மந்திரம் ஸ்ரீ சக்ரபூஜை என்கிற அடுத்த அத்தியாத்தில் உள்ளது)

பிராணாயாமத்திற்கான விளக்கத்தை திருமூலர் கீழ்கண்ட வாறு கூறுகிறார்.

'ஏற்றி இறக்கி இருகாலும் பூரிக்கும்

காற்றைப் பிடிக்கும் கணக்கறிவாரில்லை

காற்றைப் பிடிக்கும் கணக்கறிவாளர்க்குக்

கூற்றை யுதைக்கும் குறியதுவாமே.'

பின்னர் கீழ்கண்ட தேவியின் மந்திரங்களை 18 அல்லது 108 என்ற எண்ணிக்கையில் சொல்லவேண்டும்.

தேவியின் மந்திரங்கள்:

1. **பாலா மந்திரம்**

    ஐம், க்லீம், ஸௌ, ஸௌ க்லீம் ஐம்

2. **நவாக்ஷரீ**

    ஐம் - ஹ்ரீம் - க்லீம் - சாமுண்டாயை விச்சே:

    (வித், சஇ) என்ற ஏழு பதங்களை உடையது

    ஓம் - ஐம் - ஹ்ரீம் - க்லீம், க்லீம் - ஹ்ரீம் நம:

    என்பது நாகேசபட்டர் என்பாரின் கருத்து.

3. **பஞ்ச தசாக்ஷரீ**

    க - ஏ. ஈ ல் - ஹ்ரீம் - வாக்பவகூடம்

    ஹ - ஸ - க - ஹ - ல - ஹ்ரீம் - மத்யகூடம்

    ஸ - க - ல - ஹ்ரீம் - சக்திகூடம்

மேற்கண்ட பஞ்சதசாக்ஷரியில் முதல் ஐந்து அக்ஷரங்கள் அம்பிகையின் தலைபாகம். இரண்டாவது கூடத்தில் ஆறு

எழுத்துக்கள் உள்ளன. இது கழுத்து முதல் இடை வரையில் உள்ள பாகம். மூன்றாவது கூடத்தில் நான்கு எழுத்துக்கள் உள்ளன. இது இடை முதல் திருவடி வரையில் உள்ள பாகம்.

பின்னர் கீழ்கண்ட துர்க்கா காயத்ரியைச் சொல்ல வேண்டும்.

'காத்யாயனாய வித்மஹே, கன்யாகுமரி
தீமஹி, தன்னோ துர்க்கிப் ப்ரசோதயாத்'

அடுத்து ஸ்ரீ சக்ரபூஜை.

சக்ரபூஜை செய்யத் தொடங்கும்போது முதலில் ஆசமனம் செய்ய வேண்டும். ஓம் அச்யுதாய நம: ஓம் அநந்தாய நம: ஓம் கோவிந்தாய நம: என்ற ஆசமனம் செய்து பின்னர் விநாயகரைத் துதிக்க வேண்டும்.

2. சுக்லாம் பரதரம் விஷ்ணும்
   ஸசிவர்ணம் சதுர்புஜம்
   ப்ரஸந்ந வதனம் த்யாயேத்
   ஸர்வவிக்நோப ஸாந்தயே

பின்னர் பிராணாயாமம் செய்ய வேண்டும்.

3. ஓம் பூ: ஓம் புவ: ஓம் ஸுவ:ஓம் மஹ:

   ஓம் ஜந: ஓம் தப: ஓம் ஸத்யம்

   ஓம் தத்ஸவிதுர்வரேண்யம் – பர்க்கோ

   தேவஸ்ய தீமஹி – தியோ யோந: ப்ரசோதயாத்

   ஓமாப: – ஜ்யோதிரஸ: அம்ருதம்

   ப்ரஹ்ம – பூர்புவஸ்ஸுவரோம்

ஸ்ரீ சக்ரபூஜை

4. ஸ்ரீ சக்ரத்திற்குத் தேன், பால் ஆகிய வற்றை அபிஷேகம் செய்ய வேண்டும். அவ்வாறு செய்யும்போது புருஷ ஸூக்தம், ஸ்ரீஸூக்தம், ப்ரஹ்ம ஸூக்தம் ஆகியவற்றைச் சொல்ல லாம். அல்லது அர்க்கள ஸ்தோத்திரம், அல்லது ஸ்ரீதுர்கா ஸ்தவம் ஆகிய வற்றைச் சொல்லலாம்.

பின்னர் தூய வெள்ளைத் துணியால் ஸ்ரீ சக்ரத்தை ஒத்தி எடுத்துப் பின் சந்தனம் குங்குமம் இடவேண்டும் பின் குங்குமத்தால் பின்வரும் கட்கமாலா மந்திரங்களைச் சொல்லி அர்ச்சனை செய்யவேண்டும்.

கட்கமாலா மந்திரங்கள்

ஹ்ரீங்காரஸனகர்பி/தா/நலகிகாம்

ஸௌக்லீம் களாம் பீப்ரதீம்

ஸௌவர்ணாம் பரதாரிணீம் வரஸூதா

தௌதாம் த்ரிணேத்ரோஜ்வலாம்

வந்தே புஸ்தகபாசமங்குஸதராம்

ப்ரக பூஷிதா முஜ்வலாம்

த்வாம் கௌரீம் த்ரிபுராம் ப்ராத்பரகளாம்

ஸ்ரீ சக்ரஸஞ்சாரிணீம்

த்யானம்

தாத்ருஸம் கட்கமாப்னோதி

யேந ஹஸ்தஸ்திதேன வை

அஷ்டாதசமஹாத்வீப

ஸம்ராட்போக்தா பவிஷ்யதி

ஆரக்தாபாம் த்ரிணேத்ரா மருணிமவஸனாம்

ரத்ன தாடங்கரம்யாம்

ஹஸ்தாம் போஜைஸ்ஸபாஸங்குஸமதநதனுஸ்

ஸாயகைர் விஸ்புரந்தீம்

ஆபினோத்துங்க வக்ஷோருஹவிலுடத்

தாரஹாரோஜ்வலாங்கீம்

த்யாயே தம்போருஹஸ் தாமருணிமவஸனா

மீஸ்வரீயீஸ்வராணாம்

லமித்யாதி பஞ்சபூஜாம் குர்யாத் – யதா

ஸக்தி மூலமந்த்ரம் ஜயேத்

நாமாவளி (அர்ச்சனை மந்திரங்கள்)

ஓம் த்ரிபுர ஸுந்தர்யை நம:

ஹ்ருதயதேவ்யை நம:

சிரோதேவ்யை நம:

சிகாதேவ்யை நம:

நேத்ர தேவ்யை நம:

அஸ்த்ர தேவ்யை நம:

காமேஸ்வர்யை நம:

பகமாலின்யை நம:

நித்யக்லின்னாயை நம: (10)

பேருண்டாயை நம:

வஹ்னிவாஸிந்யை நம:

மஹாவஜ்ரேச்வர்யை நம:

சிவதூத்யை நம:

த்வரி தாயை நம:
குலஸுந்தர்யை நம:
நித்யாயை நம:
நீலபதாகாயை நம:
விஜயாயை நம:
ஸர்வமங்களாயை நம: (20)

ஜ்வாலாமாலின்யை நம:
சித்ராயை நம:
மஹா நித்யாயை நம:
பரமேஸ்வர பரமேஸ்வர்யை நம:
மத்ரேஸமப்யை நம:
ஷஷ்டி சமய்யை நம:
உட்பீஸமய்யை நம:
ஸர்யாநாதமய்யை நம:
லோபமுத்ராமய்யை நம:

அகஸ்த்யமய்யை நம: (30)
காலதாபனமய்யை நம:
தர்மாசார்யமய்யை நம:
முக்தகேசிஸ்வரமய்யை நம:
தீபகளாநாதமய்யை நம:
விஷ்ணு தேவமய்யை நம:
பிரபாகர தேவமய்யை நம:
தேஜாதேவமய்யை நம:
மனோஜதேவமய்யை நம:
கல்யாண தேவமய்யை நம:

வாஸுதேவமய்யை நம: (40)
ரத்னதேவமய்யை நம:

ஶ்ரீராமானந்தமய்யை நம:
அணிமாஸித்யே நம:
லகிமாஸித்யே நம:
கரிமாஸித்யே நம:
மஹிமாஸித்யே நம:
ஈஸித்வஸித்யே நம:
வஸித்வஸித்யே நம:
ப்ராகாம்யஸித்யே நம:

புக்தி ஸித்யே நம: (50)
இச்சாஸித்யே நம:
ப்ராப்திஸித்யே நம:
ஸர்வகாமஸித்யே நம:
பிராஹ்ம்யை நம:
மாஹேஸ்வர்யை நம:
கௌமார்யை நம:
வைஷ்ணவ்யை நம:
வாராஹ்யை நம:
மாஹேந்தர்யை நம:
சாமுண்டாயை நம:

மஹாலக்ஷ்ம்யை நம: (60)
ஸர்வஸம்க்ஷோபிண்யை நம:
ஸர்வவித்ராவிண்யை நம:
ஸர்வாகர்ஷிண்யை நம:
ஸர்வவஸன்கர்யை நம:
ஸர்வோன்மாதின்யை நம:
ஸர்வமஹாங்குஸாயை நம:
ஸர்வகேசர்யை நம:
ஸர்வ பீஜாயை நம:
ஸர்வயோன்யை நம:

ஸர்வத்ரிகண்டாயை நம: (70)

ஓம் த்ரைலோக்யமோஹன சக்ரஸ்வாமின்யை நம:

"   ப்ரகடயோசின்யை நம:

"   புத்யாகர்ஷிண்யை நம:

"   அஹங்காராகர்ஷிண்யை நம:

"   ஸப்தாகர்ஷிண்யை நம:

"   ஸபர்ஸா கர்ஷிண்யை நம:

"   ரூபா கர்ஷிண்யை நம:

"   ரஸாகர்ஷிண்யை நம:

"   கந்தாகர்ஷிண்யை நம:

"   சித்தா கர்ஷிண்யை நம: (80)

"   தைர்யாகர்ஷிண்யை நம:

"   ஸம்ருத்யா கர்ஷிண்யை நம:

"   நாமாகர்ஷிண்யை நம:

"   பீஜாகர்ஷிண்யை நம:

"   ஆத்மா கர்ஷிண்யை நம:

"   அம்ருதாகர்ஷிண்யை நம:

"   சரீரா கர்ஷிண்யை நம:

"   ஸர்வாஸா பரிபூரக சக்ரஸ்வாமிந்யை நம:

"   குப்த யோகின்யை நம:

"   அனங்கு ஸூமாயை நம: (90)

"   அனங்க மேகலாயை நம:

"   அனங்க மேகலாயை நம:

"   அனங்க மதனாயை நம:

"   அனங்க மதனாதுராயை நம:

"   அனங்கரேகாயை நம:

"   அனங்கேவேகின்யை நம:

"   அனங்காங்குசாயை நம:

" அனங்கமாலின்யை நம:

" ஸர்வஸம்க்ஷோபண சக்ரஸ்வாமின்யை நம:

" குப்ததரயோகின்யை நம: (100)

" ஸர்வஸம்க்ஷோபிண்யை நம:

" ஸர்வவித்ராண்வியை நம:

" ஸர்வாகர்ஷிண்யை நம:

" ஸர்வாஹ்லாதின்யை நம:

" ஸர்வஸம்மோஹின்யை நம:

" ஸர்வஸ்தம்பின்யை நம:

" ஸர்வஜ்ரும்பிண்யை நம:

" ஸர்வவசங்கர்யை நம:

" ஸர்வரஞ்ஜன்யை நம:

" ஸர்வோன் மாதின்யை நம: (110)

" ஸர்வார்த்த ஸாதிகாயை நம:

" ஸர்வஸம்பத்தி பூரண்யை நம:

" ஸர்வ மந்த்ரமய்யை நம:

" ஸர்வத்வந்த க்ஷயங்கர்யை நம:

" ஸர்வஸௌபாக்யதாயக சக்ரஸ்வாமின்யை நம:

" ஸம்ப்ரதாய யோகின்யை நம:

" ஸர்வஸித்திப்ரதாயை நம:

" ஸர்வப்பிரியங்கர்யை நம:

" ஸர்வமங்களகாரிண்யை நம:

" ஸர்வகாமப்ரதாயை நம: (120)

" ஸர்வதுக்க விமோசன்யை நம:

" ஸர்வம்ருத்யுப்ரசமன்யை நம:

" ஸர்வவிக்ன நிவாரிண்யை நம:

" ஸர்வாங்க ஸுந்தர்யை நம:

" ஸர்வார்த்தே ஸாதக சக்ரஸ்வாமின்யை நம:

" குலோத்தீர்ணயோகின்யை நம:

" ஜர்வஜ்ஞாயை நம:

" ஸர்வசக்த்யை நம:

" ஸர்வைஸ்வர்யப்ரதாயின்யை நம:

" ஸர்வஜ்ஞானமய்யை நம: (130)

" ஸர்வவ்யாதி வினாசின்யை நம:

" ஸர்வாதாரஸ்வரூபாயை நம:

" ஸர்வபாபஹராயை நம:

" ஸர்வானந்தமய்யை நம:

" ஸர்வரக்ஷாஸ்வரூபிண்யை நம:

" ஸர்வேப்ஸிதபலப்ரதாயை நம:

" ஸர்வரக்ஷாகர சக்ரஸ்வாமின்யை நம:

" நிகர்ப்பாயோகின்யை நம:

" வசின்யை நம:

" காமேஸ்வர்யை நம: (140)

" மோதின்யை நம:

" விமலாயை நம:

" அருணாயை நம:

" ஜயின்யை நம:

" ஸர்வேச்வர்யை நம:

" கௌலின்யை நம:

" ஸர்வரோக ஹரசக்ரஸ்வாமின்யை நம:

" ரஜஸ்யயோகின்யை நம:

" பாணின்யை நம:

" சாபின்யை நம: (150)

" பாசின்யை நம:

" லலிதாம்பிகாயை நம:

" அங்குசின்யை நம:

'' மஹாகாமேஸ்வர்யை நம:

'' மஹாவஜ்ரேஸ்வர்யை நம:

'' மஹாபகமாலின்யை நம:

'' ஸர்வஸித்திப்ரதசக்ரஸ்வாமின்யை நம:

'' அதிரஹஸ்யயோகின்யை நம:

'' ஶ்ரீ ஶ்ரீ மஹாபட்டாரிகாயை நம:

'' ஸர்வானந்தமயசக்ரஸ்வாமின்யை நம: (160)

'' பராபர ரஹஸ்ய யோகின்யை நம:

'' த்ரிபுராயை நம:

'' த்ரிபுரேஶ்யை நம:

'' த்ரிபுரஸுந்தர்யை நம:

'' த்ரிபுரவாஸின்யை நம:

'' த்ரிபுராஶ்ரியாயை நம:

'' த்ரிபுரமாலின்யை நம:

" த்ரிபுராஸித்யை நம:

" த்ரிபுராம்பாயை நம:

" மாஹாத்ரிபுரஸுந்தர்யை நம: (170)

" மஹாமநோந்மநீ சக்த்யை நம:

" மஹாமஹேச்வர்யை நம:

" மஹாமஹாரஜ்ஞையை நம:

" மஹாமஹாசக்த்யை நம:

" மஹாமஹாகுப்தாயை நம:

" மஹாமஹாநந்தாயை நம:

" மஹாமஹாஸ்கந்தாயை நம:

" மஹாமஹாசயாயை நம:

" மஹாமஹா ஸ்ரீ சக்ரஸாம்ராஜ்ஞயை நம:

" நமஸ்தே நமஸ்தே நம: (180)

(தேவீ கட்கமாலா நாமாவளி நிறைவடைகிறது)

நிவேதனம்

இவ்வாறு அர்ச்சனை செய்து முடித்த பிறகு நிவேதனம் படைத்து தூபதீபம் காட்டவேண்டும். நிவேதனப் பொருட் களாக பயத்தம் பருப்புப் பாயசம், உளுந்து வடை ஆகியவை இருக்கலாம்.

இப்பூஜையின் நிறைவுப் பகுதியாக கற்பூர ஆரத்தி காட்ட வேண்டும். அப்போது சொல்ல வேண்டிய கற்பூர நீராஜன மந்திரம் கீழே தரப்பட்டுள்ளது.

கற்பூர நீராஜன மந்திரம்

ஓம் ராஜாதி ராஜாய ப்ரஸஹ்ய வாஹினே

நமோவயம் வைஸ்ரவணாய குர்மஹே

ஸமேகாமாம் காமகாமாய மஹ்யம்

காமேஸ்வரோ வைஸ்ரவணோ ததாது

குபேராய வைஸ்ரவணாய்

மஹாராஜாயதே நமோ நம:

ஸாம் ராஜ்யம் போஜ்யம் ஸ்வராஜ்யம் வைராஜ்யம்

பாரமேஷ்டிகம் ராஜ்யம் மஹாராஜ்யம் மாதிபத்யம்

ஸௌராஜ்யம் ஆதிபத்யம்

ஓம் தத்த்ர சூர்யோபாதி நசந்த்ர தாரகம்

நேமா வித்யதோ சூர்யோபாதி நசந்தர தாரகம்

நேமா வித்யதோ சூர்யோபாதி நசந்த்ர தாரகம்

நேமா வித்யதோ பாந்தி குதோயமக்னி

தமேவ பாந்தம் அதிபாதி ஸர்வம்

தஸபபாஸாத் ஸர்வமிதம் விபாதி

ஓம் ஸ்ரீம் ப்ரஸன்ன தேவதாயை நம:

கற்பூர நீராஜனம் ஸமர்பயாமி

பக்தயோபசார ஸக்த்யோபசார பூஜாம்

கல்பயாமி ஸ்ப்ரீதா

ஸ்ப்ரஸன்னா ஸ்முகோ

வரதோபயாம் ஸாந்தித்யோபவாம்.

ஆண் பெண் சேர்ந்த உருவத்தில் பரப்பிரம்மத்தை விளக்கமாகப் பார்த்தோம். ஸ்ரீசக்ரம் சக்தியும் சிவமும் சேர்ந்த உருவம் என்பதையும் பார்த்தோம். மகாமேரு பற்றி விரிவாகப் பார்ப்பதற்கு முன்பு மூன்றாவது வழிபாட்டு முறையாக ஸ்ரீஅர்த்தமேருவைப் பார்க்கலாம்.

அர்த்தமேரு என்றால் என்ன? அர்த்த என்றால் 'பாதி' என்று பொருள். மேரு என்றால் 'மலை'. 'பாதி மலை' என்று பொருள். பாதி உயரம் உள்ள மேரு சக்ரம் என்றும் பொருள் கொள்ளலாம். அர்த்தமேரு இரண்டு வகைப்படும். ஒன்று அகலம், நீளம் முழு அளவிலும், உயரம் மட்டும் பாதி அளவில் சக்திகோணம், சிவகோணம் இரண்டும் ஒன்றுசேர்ந்து அமைந்துள்ள உருவம் 'ஸ்ரீஅர்த்த மேரு' எனப்படும்.

ஸ்ரீ அர்த்தமேரு
மகாமேரு

மற்றொரு முறையில் அகலம், நீளம் முழு அளவில் வைத்து, உயரம் மட்டும் அரையளவு வைத்து பாதி உருவத்தைச் செய்து மீதமுள்ள 43 முக்கோணங்களைக் கோடாக வரைந்து செய்வதாகும். இந்த அர்த்தமேரு சக்ரம் ஸ்ரீகாளிகாம்பாள் ஆலயத்தில் உள்ளது.

ஸ்ரீ அர்த்தமேரு

மகாமேரு

இனி மகாமேரு வழிபாடு பற்றிப் பார்க்கலாம்.

ஒரு கட்டடம் கட்ட முதலில் வரைபடம் தயாரிக்கிறோம். அதன் அடிப்படையில் கட்டடம் கட்டுகிறோம். ஸ்ரீசக்ரம் என்பது வரைபடம் என்றால் மகாமேரு என்பது அதன் உருவமாகும். மகாமேரு பரப்பிரம்மம் எனப் போற்றப் படுகிறது. இந்த ஸ்ரீசக்ரம் மற்றும் மகாமேரு வழிபாட்டில் அம்பிகைக்கு என்ன தொடர்பு?

அம்பிகை உக்கிரரூபமாக இருந்ததால் வரம் வேண்டு பவர்களிடம்கூடச் சற்றுக் கடுமையாக நடந்து கொண் டாளாம். ஆதிசங்கர பகவத் பாதர், அந்த உக்கிரத்தைப் பெற்று அதை ஸ்ரீசக்ரத்தில் செலுத்திவிட்டார். அதனால் அன்னை குளிர்ந்ததாக திரு ஆனைக்கா அகிலாண்டேஸ்வரி ஆலய தலவரலாறும் பிற நூல்களும் செவிவழிச் செய்தி களும் தெரிவிக்கின்றன.

பொதுவாக நெருப்பும் காற்றும் எதையும் விரைவுபடுத்தும் தன்மை உடையன. அக்கினிக்கு உள்ள குறியீடு மேல் நோக்கிய முக்கோணமாகும். மேலும் ஒரு மனிதன் தன் தலைமீது இரு கைகளையும் குவித்து (வணங்குவது போல) வைத்துக்கொண்டு, சம்மணமிட்டு அமர்ந்திருந்தால், அந்த அமைப்பு ஒரு மேல்நோக்கிய முக்கோணத்தை நினை வூட்டும். அப்படி அந்த மேல்நோக்கிய முக்கோண அமைப்பைப் பயன்படுத்தி யந்திரம் வரைந்து பூஜித்தால், அன்னையின் அருள் கிடைக்கும் என்று ஆதிசங்கரர் நினைத் திருக்கலாம். அல்லது அம்பிகையே இவ்வாறு செய்ய ஆதிசங்கரரைப் பணித்திருக்கலாம்.

இவ்விதமாக ஸ்ரீசக்ரம் என்ற யந்திரம் பூஜைகளுக்கு முன்னிலைப்படுத்தப்பட்டது. இது எல்லா யந்திரங் களுக்கும் மூலமாகக் கொள்வதால் 'ஸ்ரீசக்ர ராஜம்' எனப் பெயரிட்டுள்ளனர். இதிலே மூன்று சதுர அமைப்புகளும் மூன்று வட்ட அமைப்புகளும் அதன் மேல் பதினாறு இதழ் கள் கொண்ட அமைப்பும் அதற்கு அடுத்து ஒரு வட்டமும் அதன் மீது எட்டு இதழ்கள் கொண்ட அமைப்பும் அதன் மீது

ஒரு வட்டமும் அதன் மீது நாற்பத்து மூன்று முக்கோணங்கள் நான்கு படித்தளத்திலும் எல்லாவற்றிற்கும் மேலாக உள்ள ஒரு முக்கோணத்தின் மீது பிந்து என்ற ஸ்தானமும் அமைக்கப்பட்டுள்ளது.

இதைத் தரையில் இருந்து மேல்நோக்கி ஏதேனும் பொருளினால் கட்டப்படும் பொழுது கிட்டத்தட்ட மலை போன்ற அமைப்பில் அதாவது அடிபெருத்து நுனி சிறுத்து அமைகிறது. முதல் மூன்று சதுர அமைப்புள்ள பிரதம ரேகா என்பதில், அணிமாதி தேவதைகளும் அதற்கடுத்த சதுர அமைப்பில் பிராம்மி முதலான சப்தமாதர்களுடன் மகாலட்சுமியும் சேர்ந்தும் அதற்கு மேல் உள்ள சதுரத்தில் முத்ரா தேவதைகளும் ஆக மொத்தம் 28 தேவதைகள் இருப்பதைக் குறிப்பிட்டு உள்ளனர்.

அதற்கு அடுத்த மூன்று வட்டவடிவ அமைப்புள்ள வளையத்தில் நித்யகலாதேவிகள் குறிக்கப்பட்டுள்ளனர். அதற்கடுத்த பதினாறு தளம் கொண்ட தளத்தில் பதினாறு திதி நித்யாதேவதைகள் உள்ளனர்.

அதற்கடுத்த வட்டமாகிய ஸர்வ சம்ஷோபன சக்ரத்தில் ஸ்ரீமகா திரிபுரசுந்தரியும் அதற்கடுத்த அஷ்டதளத்தில் அனங்காதி தேவதைகளும் அதன் மீது உள்ள 43 முக் கோணங்களில் மற்ற அனைத்து தேவதைகளும் அதாவது சதுரம், வட்டம் என்ற அமைப்பிலும் இதேபோன்ற பதினான்கு தேவதைகள் பதினான்கு முக்கோண வடிவிலும் மற்ற பத்து தேவதைகள் பத்து முக்கோண வடிவிலும் மற்ற பத்து முக்கோணத்தில் பத்து தேவதைகளும் அதற்கடுத்த எட்டு முக்கோணத்தில் எட்டு தேவதைகளும் அதன்மீது ஒரு முக்கோணம், அதன் மீது பிந்துவும் இருக்க வேண்டும்.

இப்படி பூமியில் இருந்து மேல்நோக்கி ஏதாவது ஒரு பொருளால் அதாவது உலோகம், கல், மண் அல்லது இதைப் போன்ற ஏதோ ஒன்றில் சரியான அளவுகளில் செய்யப்பட்டு பூஜிக்கும் முறை உள்ளது.

இதில் முக்கோணத்தைப் பிரதானமாக வைத்துச் செய்ய வேண்டியதன் அவசியம் என்ன? முக்கோணம் என்பது அக்னியைக் குறிக்கக்கூடியது என்று ஏற்கெனவே பார்த்தோம். அக்னி என்பது வளர்ச்சியைக் குறிப்பது. அதனால்தான் இயற்கையில் இருந்து மனிதன் முதன் முதலாக நெருப்பு என்பதைக் கண்டுபிடித்து பக்குவப் படுத்துவதை அறிந்துகொண்டான்.

பொதுவாகச் சக்ரம் என்பதைச் செம்பு, வெள்ளி, தங்கம் போன்ற உலோகங்களில் மட்டும் செய்து பூஜிக்கும் வழக்கம் உள்ளது. அதேபோல் மகாமேரு என்பதையும் வெள்ளி, தங்கம், இரும்பு, செம்பு, ஈயம் என்ற ஐந்து உலோகங்களைக் கொண்டு செய்வதால் பஞ்சலோக மகாமேரு என்ற பெயருடன் விளங்குகிறது.

நடைமுறையில் மேருவைப் பலவிதங்களில் வழிபடு கின்றனர். அவை முறையே ஸ்ரீசக்ரம், ஸ்ரீமகா மேரு, அர்த்தமேரு என்று வழக்கத்தில் உள்ளது. ஸ்ரீசக்ரம் யந்திர ரூபம் என்பதை முதலில் கண்டோம். ஆனால், அதில் நீள அமைப்புகளில் மாறாமல் உயரத்தில் மட்டும் மாற்றம் செய்து, அதாவது பாதி அளவாக அமைந்து இருப்பது அர்த்த மேரு என்பதாகும்.

அம்பாள் குறித்த பூஜையில் நவாவரண பூஜை என்பது மிகவும் பிரசித்தி பெற்றது. இதில் உள்ள ஒன்பது ஆவரணத்தை மையப்படுத்தியே இந்த நவாவரண பூஜை செய்யப்படுகிறது. ஒன்பது ஆவரணங்கள் ஏன் என்ற கேள்வி எழுகிறது. ஸ்ரீசக்ரத்தில் உள்ள நாற்பத்து மூன்று முக்கோணத்திற்கும் அடிப்படையாக அமைவது ஒன்பது கோடுகள். இந்த ஒன்பது கோடுகளும் நவக்கிரகங்களைக் குறிக்கும். இவற்றை இணைக்கும் குறுக்குக்கோடுகள் இருபத்து ஏழாக உள்ளது. இந்த இருபத்தேழு கோடுகளும் இருபத்தேழு நட்சத்திரங்களைக் குறிக்கும்.

ஜோதிட சாஸ்திரத்தில் 27 நட்சத்திரங்களும் ஒன்பது கிரகங் களும் அடிப்படை அம்சங்களாக உள்ளன. கிரகங்களுக்கும்

ஸ்ரீ சக்ரத்திற்கும் என்ன தொடர்பு? சப்த சதி பாராயணத்தில் 17 மற்றும் 18வது சுலோகங்கள் இதற்கு விளக்கம் தருகின்றன.

'உத்பாதங்களும் கொடிய கிரக பீடைகளும் ஒழியும். கெட்ட கனவு தொலைந்து நல்ல கனவு தோன்றும். பாவக்கிரகங் களால் பீடிக்கப்பட்ட பாலர்களுக்கு இது சாந்தியளிக்கும். மனிதர்களின் கூட்டுறவில் பிளவு ஏற்பட்டால் மீண்டும் நட்பை உண்டாக்குவது ஆகிய பல நல்ல பலன்களைத் தரவல்லதாகும்.

இவ்வாறு ஸ்ரீ சக்ரம் அல்லது மகாமேரு பூஜைகளைச் செய்வது சப்தபதி பாராயணம் செய்வதற்கு ஒப்பானது என்பதால் ஆதிசங்கர பகவத்பாதர் ஸ்ரீ சக்ர வழிபாட்டை ஏற்படுத்தினார். சப்தபதி பூஜைக்கும் தேவிபூஜைக்கும் அதிக வேறுபாடு இல்லை. தேவி சப்தபதியில் அம்பாள் கூறுகிறாள்.

'நீ எனக்கு உள்ளன்புடன் எதை அர்ப்பணித்தாலும் அதை நான் பிரியத்துடன் ஏற்று அனுக்கிரகம் செய்கிறேன்' என்று கூறுகிறாள்.

இதே கருத்தைதான் ஸ்ரீ கிருஷ்ணர் பகவத்கீதையில், 'எவர் எனக்கு இலை, மலர், பழம் அல்லது தண்ணீரை பக்தியுடன் படைக்கிறாரோ அந்தத் தூய மனத்தினுடைய அன்பை மட்டுமே நான் இன்பமுடன் ஏற்றுக்கொள்கிறேன்' என்கிறார்.

எனவே எல்லாம் வல்ல அம்பிகையின் அருளால் மகா மேருவைப் பூஜிப்பதாலோ, தரிசனம் செய்வதாலோ நமக்கு நினைத்த காரியங்கள் நிறைவேறும்!

மகாமேரு என்றால் பெரிய மலை என்று பொருள். ஸ்ரீசக்ரத்தை உயரமாகவும் உருவமாகவும் செய்தால் அதற்குப் பெயர் ஸ்ரீமகாமேரு என்பதாகும். இதற்குப் பூரணமேரு என்ற பெயரும் உண்டு.

இந்த மகாமேருவை மேலிருந்து பார்த்தால் ஸ்ரீசக்ரத்தின் வடிவம் தெரியும். ஸ்ரீமகா மேருவின் உயரம், அகலம் நீளம் ஆகிய மூன்றும் ஒரே அளவாக இருக்குமாறு அமைக்க வேண்டும். அவற்றின் அமைப்பு முறை கீழ்கண்டவாறு இருக்க வேண்டும்.

உயர தளங்கள் - 16

சதுரமான தளங்கள் கீழிருந்து 1,2,3 தளங்கள்

வட்டமான தளங்கள் 4,5,6 (நான்கு பக்க வழியுடன்)

மகாமேரு அமைக்கும் முறை

7வது தளம் - 16 கமலங்கள்

8வது தளம் - வட்டமாக இருக்க வேண்டும்

9வது தளம் - 8 கமலங்கள்

10வது தளம் - வட்டமாக இருக்க வேண்டும்

11வது தளம் - 14 முக்கோணங்கள் இருக்க வேண்டும்

12வது தளம் - 16 முக்கோணங்கள் இருக்க வேண்டும்

13வது தளம் - 10 முக்கோணங்கள் இருக்க வேண்டும்

14வது தளம் - 8 முக்கோணங்கள் இருக்க வேண்டும்

15வது தளம் - 3 முக்கோணங்கள் இருக்க வேண்டும்

16வது தளம் - உருண்டை வடிவில் அமைக்க வேண்டும். இதுவே பிந்து எனப்படும்.

இதில் ஒருபக்கம் சக்திகோணமும் மறுபக்கம் சிவகோணமும் உள்ளது. இதில் ஆண், பெண், இரண்டு கோணங்களும் சேர்ந்து இருப்பதால் இவற்றை ஸ்ரீபிரம்ம சக்ரம் என்றும் அழைப்பார்கள். ஸ்ரீபிரம்மமேரு சக்ரம் என்றும் அழைக்கலாம்.

உலோகங்கள் ஐந்து வகைப்படும். அவை வெள்ளி, இரும்பு, செம்பு, தங்கம், ஈயம் ஆகியவையாகும். இதில் வெள்ளி மண் தன்மையும் இரும்பு நீரின் தன்மையையும் செம்பு தீயின் தன்மையையும், தங்கம் காற்றின் தன்மையையும் ஈயம் ஆகாயத்தின் தன்மையையும் கொண்டது.

இந்த தனித்தனி உலோகங்கள் மூலமும் மகாமேரு செய்து வழிபடலாம். சொர்ணமேரு, வெள்ளிமேரு, பஞ்ச உலோக மேரு, கருங்கல் மேரு, விருட்ச மேரு (மரம்), பஞ்ச பாஷாண மேரு என்று பலவகைப் பொருட்களால் மேரு செய்யப்படுகிறது.

வழிபாட்டு முறைகள்

ஸ்ரீசக்ரம் அம்பாள் கொலு வீற்றிருக்கும் இடம். ஸ்ரீசக்ரத்தின் கனபரிமாண வடிவம்தான் ஸ்ரீமகாமேரு. ஒன்பது வகையான பக்தி மார்க்கங்களை அம்பாள் அருளிச் செய்துள்ளாள். அவை பின்வருமாறு.

1. சிரவணம் - இறைவன் புகழைத் தக்கவர் கூற கேட்டல்

2. கீர்த்தனம் - இறைவன் புகழைப் பாடுதல்

3. ஸ்மரணம் - இறைவனை எப்போதும் மறவாதிருத்தல்

4. பாதஸேவனம் - ஆண்டவனுக்கும் அடியார்களுக்கும் தொண்டு செய்தல்

5. அர்ச்சனம் - அவனுக்கு அர்ச்சனை செய்தல்

6. வந்தனம் - ஆண்டவனை ஐந்து அங்கங்கள், எட்டு அங்கங்கள் நிலத்தில் பட வணங்குதல்

7. தாஸ்யம் - ஆண்டவனின் பெருமைகளை விளக்கிக் கூறுதல்

8. ஸக்யம் - மனதை ஒருநிலைப்படுத்தி அவளை எண்ணித் தியானம் செய்தல்

9. ஆத்ம நிவேதம் - அவனிடம் தன்னையே அர்ப்பணித்தல்

மேற்கண்ட ஒன்பது மார்க்கத்தில் 'அர்ச்சனம்' என்னும் பூஜையே சிறந்தது. பூஜை முறைகள் மூன்று வகைப்படும்.

1) உருவ வழிபாடு   - முதல் நிலை
2) அருவ வழிபாடு   - முதிர்ந்த நிலை
3) அருவுருவ வழிபாடு   - இது முதிர்ந்த நிலையானது
                          ஞானிகள் வழிபடும் அருவ
                          நிலைக்கு வழிகாட்டும்

ஸ்ரீமகாமேருவானது 43 கோணங்களையும் 9 ஆவரணங் களையும் உடையது.

1. சக்திகள் ஒன்பது வகை. அவை பின்வருமாறு -

வாமா   பலவிகாளி
ஜேஷ்டா   பலபிரமதனி
ரௌத்ரி   ஸர்வபூத்ரமணி
காளி   மனோன்மணி
கலவிகாளி

2. கர்மேந்திரியங்கள் ஐந்து உள்ளன. அவை
வாய், கை, கால், ஆசஸனம், உபஸ்தம்.

3. ஞானேந்திரியங்கள் ஐந்து உள்ளன. அவை -
கண், மூக்கு, காது, உடம்பு, நாக்கு.

4. கரணங்கள் நான்கு உள்ளன. அவை -
மனம், புத்தி, அகங்காரம், சித்தம்

5. பிராணன்கள் ஐந்து உள்ளன. அவை -
பிராணன், அபானன், வியானன், உதானன், ஸமானன்

6. பூதங்கள் ஐந்து உள்ளன. அவை -
பிருதவி, அப்பு, தேயு, வாயு, ஆகாயம்

7. விஷயங்கள் பத்து உள்ளன. அவை -

சப்தம், ஸ்பர்சம், ரூபம், ரஸம், கந்தம், வாசனம், தானம்,
கமனம், விஸர்க்கம், ஆனந்தம்

மேற்கண்டபடி இந்த நாற்பத்து மூன்றும் ஸ்ரீமகாமேருவில்
உள்ளன.

அனைத்து உலகங்களையும் காத்து அருள்பவள் அன்னை ஸ்ரீலலிதா பரமேஸ்வரி. அவளுக்குத் துணையாக இருந்து திதிக்கு ஒருவராகப் பொறுப் பேற்று உலகத்து மாந்தரைக் காத்தருள் கின்றனர் திதி நித்யாதேவிகள்.

பிரதமை முதல் பௌர்ணமி வரை, காமேஸ்வரி தொடங்கி சித்ராவில் நிறைவுற்று, பௌர்ணமியன்று அனைத்து நித்யாதேவிகளும் இணைந்து மகாநித்யாவாக பரிணமித்து அருள் புரியும் இயல்புடையவர்கள்.

அவர்களுக்கு உரிய நாளில் அவரவரை வழிபடுவது மிகச் சிறப்புடையது. எந்தெந்த தேவி என்ன பலன்களைத் தருவாள் என்பது கீழே தரப் பட்டுள்ளது.

நித்யாதேவிகளை
வழிபடும்
முறைகள்

நித்யாதேவியின் பெயர் தரும் பலன்கள்

1. ஸ்ரீ காமேஸ்வரி மகிழ்ச்சி, செல்வம், மன அமைதி
2. பகமாலினி ஜனவசியம், சுகப்பிரசவம்
3. நித்யக்லின்யா குடும்ப ஒற்றுமை
4. பேருண்டா விஷக்கடி முறிவு, விஷப்பூச்சிகள் வராமல் இருக்க
5. வஹ்னி வாசினி நோய் நீங்கி காந்தி உண்டாகும்.
6. மகாவஜ்ரேஸ்வரி துன்பங்கள் நீங்கும்.

7.	சிவதூதி	கவலைகள் நீங்கும், வெற்றி உண்டாகும்.
8.	த்வரிதா	கல்வி, செல்வம், புகழ், ஆரோக்கியம்
9.	குலசுந்தரி	வாக்குவன்மை உண்டாக.
10.	நித்யா	அஷ்டமாசித்திகள் உண்டாகும்.
11.	நீலபதாகா	வழக்குகளில் வெற்றிபெறதேர்வு களில் வெற்றி பெற உதவும்.
12.	விஜயா	எல்லா செயல்களிலும் வெற்றி பெறலாம்.
13.	ஸர்வமங்களா	தனகர்ஷணம், சர்வவசியம்
14.	ஜ்வாலமாலினி	சர்வ வசியம்
15.	சித்ரா	பணவரவு கிடைக்கும்
16.	மகாநித்யா	சகலபோகங்களும் கிட்டும்

வளர்பிறை திதி பதினைந்து, தேய்பிறை திதி பதினைந்து என முப்பது திதிகள் உள்ளன. கீழ்கண்ட பட்டியலில் கண்டுள்ளபடி அந்தந்த திதிகளில் அந்தந்த தேவி பிரதி தேவதையாக விளங்குவாள்

நித்யாதேவியின் பெயர்	வளர்பிறை	தேய்பிறை
1. காமேஸ்வரி	பிரதமை	அமாவாசை
2. பகமாலினி	த்வீதியை	சதுர்த்தசி
3. நித்யக்லின்னா	த்ருதியை	திரயோதசி
4. பேருண்டா	சதுர்த்தி	துவாதசி
5. வஹ்னிவாசினி	பஞ்சமி	ஏகாதசி
6. மஹாவஜ்ரேஸ்வரி	ஷஷ்டி	தசமி
7. சிவதூதி	ஸப்தமி	நவமி
8. த்வரிதா	அஷ்டமி	அஷ்டமி
9. குலசுந்தரி	நவமி	ஸப்தமி
10. நித்யா	தசமி	ஷஷ்டி
11. நீலபதாகா	ஏகாதசி	பஞ்சமி

12. விஜயா	த்வாதசி	சதுர்த்தி
13. ஸர்வமங்களா	திரயோதசி	திருதியை
14. ஜ்வாலாமாலினி	சதுர்த்தசி	த்வீதியை
15. சித்ரா	பௌர்ணமி	பிரதமை

கால ரூபிணியாக விளங்கும் ஸ்ரீநித்யாதேவிகளை பிரதமை முதல் பௌர்ணமி வரை அப்பிரதக்ஷிணமாகவும் திரும்பவும் அடுத்த பிரதமை முதல் அமாவாசை வரை பிரதக்ஷிண மாகவும் பூஜிக்க வேண்டும்.

இனி ஒவ்வொரு நித்யாதேவியையும் சியாமாளா மற்றும் வராஹி ஆகியோரையும் வழிபடும் முறைகளை வரிசை யாகப் பார்க்கலாம்.

I காமேஸ்வரி

தியானம்

பாசம், கரும்புவில், மது நிறைந்த பாத்திரம், அங்குசம், மலர்கணைகள், அபயக்கரம் ஆகியவற்றைத் தனது ஆறு கரங்களிலும் ஏந்தியிருப்பவளும் செம்பருத்தி போன்ற சிவந்த நிறம் உடையவளும் மூன்று கண்களைக் கொண்டவளும் தலையில் சந்திரப்பிறையை உடையவளும் ஆன அன்னை ஸ்ரீ காமேஸ்வரிதேவியை வணங்குகிறேன்.

காயத்ரி மந்திரம்

ஓம் காமேஸ்வரியை வித்மஹே

நித்யக்லின்னாயை தீமஹி

தந்நோ நித்யா ப்ரசோதயாத்

பொருள்

ஸ்ரீகாமேஸ்வரியை அறிவோமாக. நித்யக்லின்னாதேவி மீது தியானம் செய்கிறோம். நித்யாதேவியாகிய அவள் நம்மை ஊக்கிச் செயலாற்றச் செய்வாளாக

பலன்கள்

1. மகிழ்ச்சி உண்டாகும்.

2. செல்வம் பெருகும்.

3. வாழ்வில் மன நிறைவு உண்டாகும்.

4. இல்லற வாழ்வில் இனிமை பிறக்கும்.

5. முக்தி கிட்டும்.

6. தம்பதிகள் ஒற்றுமையுடன் வாழ்வார்கள்.

II ஸ்ரீ பகமாலினீ

தியானம்

செங்கழுநீர் பூ, தாமரைப் பூ, பாசம், அங்குசம், வில், மலரம்பு ஆகியவற்றை ஆறுகரங்களில் ஏந்தியவளாய் செம்பருத்திப் பூப் போன்ற சிவந்த நிறமும் முக்கண்ணும் உடையவளாய், அழகுள்ளவளாய், புன்சிரிப்புடன் தாமரை மலரில் வீற்றிருக்கும் ஸ்ரீபகமாலினி தேவியைப் பூஜிக்கிறேன்.

காயத்ரி மந்திரம்

ஓம் பகமாலின்யை வித்மஹே

ஸர்வ வசங்கர்யை தீமஹி

தந்நோ நித்யா ப்ரசோதயாத்

பொருள்

ஸ்ரீபகமாலினிதேவியை அறிவோமாக. அனைத்தையும் தன்வசம் வைத்திருப்பவள் மீது தியானம் செய்கிறோம். நித்யாதேவியாகிய அவள் நம்மை ஊக்கிச் செயலாற்றச் செய்வாளாக

பலன்கள்

1. எல்லாவித மக்களின் அன்பும் ஆதரவும் கிடைக்கும்.

2. பகை விலகும். பகைவர்கள் சொன்ன சொல்லைக் கேட்பார்கள்.

3. கர்ப்பத்தில் உள்ள குழந்தையைக் காத்து சுகப்பிரசவம் ஏற்படச் செய்பவள்.

4. கருணையுடன் அவள் அருள்புரிவாள்.

5. தன்னை வழிபடுபவர்களுக்கு வெற்றியைத் தருவாள்.

III நித்யக்லின்னா

உதிக்கும் சூரியன், அருணன் இவர்களைப் போன்று மேனியில் ஒளியை உடையவளும் மூன்று கண்களை உடையவளும் இளம்பிறையைத் தலையில் சூடியிருப்பவளும் ரத்தினங்களால் ஆன அணிகலன்களை அணிந்து ஒளியுடன் காட்சி தரும் அங்கங்களை உடையவளும் பாசம், அங்குசம், அபயம், பானபாத்திரம் ஆகியவற்றை நான்கு கரங்களில் ஏந்தியிருப்பவளும் தாமரை மலரின் நடுவில் சிவப்பு நிறத்துடன் வீற்றிருக்கும் ஸ்ரீநித்யக்லின்னாதேவியை வணங்குகிறேன்.

காயத்ரி மந்திரம்

ஓம் நித்யக்லின்னாயை வித்மஹே

நித்ய மந்திரவாயை தீமஹி

தன்னோ நித்யா ப்ரசோதயாத்

பொருள்

ஸ்ரீ நித்யக்லின்னாதேவியை அறிவோமாக. என்றும் மந்திர வடிவாய் இருப்பவள் மீது தியானம் செய்கிறோம். நித்யா தேவியாகிய அவள் நம்மை ஊக்கிச் செயல்பட வைப்பாளாக.

பலன்கள்

1. கணவன், மனைவியிடையே ஒற்றுமை ஓங்கும்.

2. சுகம் உண்டாகும்.

3. குடும்பத்தில் ஒற்றுமை, அமைதி உண்டாகும்.

4. பிள்ளைகள் பெற்றோரின் சொற் கேட்டு நடப்பார்கள்.

5. மற்றவர்கள் உதவிசெய்வார்கள்.

IV ஸ்ரீ பேருண்டா

வெள்ளை, முத்து, முல்லை, நிலவு ஆகியவற்றைப் போல வெண்மை நிறம் உடையவளும் ரத்தினங்களாலான தோடணிந்தவளும் ஜெபமாலை, தாமரை மலர், சங்கு, அபரகரம் ஆகியவற்றை கரங்களில் உடையவளாய் பிறை நிலவைத் தலையில் சூடியிருப்பவளாய், குன்றிமணி மாலை பொருந்திய மார்புடன், அவிழ்ந்த கூந்தலும் அழகிய முகமும் உடையவளும் மூன்று உலகத்திற்கும் நாயகியை, பூஜை காலங்களில் அமர்ந்தும் மற்ற காலங்களில் நின்று கொண்டும் காட்சி தரும் ஸ்ரீ பேருண்டா தேவையைப் பூஜிக்கிறேன்.

காயத்ரி மந்திரம்

ஓம் பேருண்டா வித்மஹே

விஷஹராயை தீமஹி

தந்நோ நித்யா ப்ரசோதயாத்

பொருள்

ஸ்ரீ பேருண்டாதேவியை அறிவோமாக. கொடிய விஷத்தின் வீர்யத்தை நீக்குபவள் மீது தியானம் செய்கிறோம். நித்யா தேவியான அவள் நம்மை ஊக்கிச் செயலாற்ற வைப்பாளாக.

பலன்கள்

1. தேக சுகம் உண்டாகும்.

2. விருப்பங்கள் நிறைவேறும்.

3. கொடிய விஷத்தைச் சாப்பிட்டு இருந்தாலும் அதன் சக்தி, வீரியம் ஆகியவற்றை முறித்து, மனிதரை உயிராபத்தில் இருந்து காப்பாற்றுவாள்.

V ஸ்ரீ வஹ்னிவாசினி

தியானம்

இடது கரங்களில் தாமரைமலர், சங்கு, கரும்புவில், அமிர்தம் ஆகியவற்றையும் வலதுகையில் செங்கழுநீர் மலர், தங்கச்

சொம்பு, மலர்கணைகள், மாதுளம்பழம் ஆகியவற்றைத் தரித்தவளும் குகையில் இருக்கும் தங்கம் போன்ற நிறத்தை உடையவளும் இரத்தினங்கள் பதிக்கப்பட்ட மகுடத்தை உடையவளும் எட்டுக் கரங்களையும் மூன்று கண்களை உடையவளும் நித்யா என்ற பெயருடைய ஸ்ரீ வஹ்னி வாசினிதேவியின் பாதார விந்தங்களைத் தியானிக்கிறேன்.

காயத்ரி மந்திரம்

ஓம் வஹ்னி வாசின்யை வித்மஹே
ஸித்திப்ரதாயை தீமஹி
தன்னோ நித்யா ப்ரசோதயாத்

பொருள்

ஸ்ரீவஹ்னிவாசினிதேவியை அறிவோமாக. சித்திகளை அளிக்கும் அவள் மீது தியானம் செய்கிறோம். நித்யா தேவி யான அவள் நம்மை ஊக்கிச் செயலாற்ற வைப்பாளாக.

பலன்கள்
1. துதிப்போருக்குத் துன்பம் நீங்கும்.
2. நோய் நீங்கும்.

3. தேகத்தில் ஒளி வீசும்.

4. சித்திகள் உண்டாகும்.

5. மூன்று உலகங்களிலும் நிகரில்லாதேவர் என்ற பெருமை உண்டாகும்.

VI ஸ்ரீ மகாவஜ்ரேஸ்வரி

தியானம்

ரக்தசமுத்திரத்தில் ஓடத்தில், நவரத்தினங்களுடன் பிரகாசிக்கும் பத்மாசனத்தில் வீற்றிருப்பவளும் பாசம், கரும்புவில், அங்குசம், மாதுளம்பழம் ஆகியவற்றைக் கையில் ஏந்தியவளாய் சிவந்த நிறத்துடன், முக்கண்களுடன் விளங்கி, தேவர், முனிவர் வணங்கும் பவானி மாதாவான ஸ்ரீவஜ்ரேஸ்வரியை மனதால் பூஜித்து வணங்குகிறேன்.

காயத்ரி மந்திரம்

ஓம் மகாவஜ்ரேஸ்வர்யை வித்மஹே
வஜ்ர நித்யாயை தீமஹி
தன்னோ நித்யா ப்ரசோதயாத்

பொருள்

ஸ்ரீமகாவஜ்ரேஸ்வரிதேவியை அறிவோமாக. வஜ்ரநித்யா தேவி மீது தியானம் செய்கிறோம். நித்யாதேவியான அவள் நம்மை ஊக்கிச் செயலாற்ற வைப்பாளாக.

பலன்கள்

1. வஜ்ரேஸ்வரிதேவியை வணங்கினால் எல்லாவிதத் துன்பங்களும் நீங்கும்.

2. வாழ்வில் இன்பம் பெருகும்.

3. எல்லாவிதப் பிரச்னைகளும் தீரும்.

4. துக்கநாசினியான வஜ்ரேஸ்வரி அனைத்து வகையிலும் நமக்குத் துணை நிற்பாள்.

5. உலக மக்கள் துன்பங்களையும் நீக்குவாள்.

VII ஸ்ரீ சிவதூதி

தியானம்

இடது பக்கம் கீழ்கரங்களில் ரத்னபாத்திரத்தையும் அதற்கு மேலுள்ள கரங்களில் கதை, கேடயம், பாசம் இவற்றையும், வலதுபக்கம் கீழ்கரங்களில் தாமரை மலரும் கோடாலியும் அதற்கு மேலுள்ள கரங்களில் பட்டாக்கத்தியும் பாசமும் தரித்தவளாயும் நவரத்தின மயமான ஆபரணங்களால் ஒளி வீசுபவளாயும் எட்டுக் கரங்களையும் மூன்று கண்களையும் உடையவளாய், தேவர்களாலும் முனிவர்களாலும் துதிக்கப் பெறும் சிவ தூதி என்ற சிவந்தநிறமுடைய நித்யாதேவியை மனம், மொழி, மெய் ஆகியவற்றால் வணங்குகிறேன்.

காயத்ரி மந்திரம்

ஒம் சிவதூரத்யை வித்மஹே
சிவங்கர்யை தீமஹி
தன்னோ நித்யா ப்ரசோதயாத்

பொருள்

ஸ்ரீசிவதூதியைதேவியை அறிவோமாக. சிவசங்கரிதேவி மீது தியானம் செய்கிறோம். நித்யாதேவியான அவள் நம்மை ஊக்கிச் செயலாற்ற வைப்பாளாக.

பலன்கள்

1. அநீதியையும் அதர்மத்தையும் அழித்து, விருப்பங்களை நிறைவேற்றி வைப்பாள் ஸ்ரீ சிவதூதி.

2. சகல செல்வங்களும் கிடைக்கும்.

3. சித்திகள் உண்டாகும்.

4. ஆபத்துகள் அகலும்.

VIII ஸ்ரீ த்வரிதா

கொடிய எட்டு நாகங்களை அணிகலன்களாக அணிந்திருப் பவளும் குன்றிமணி மாலையை அணிந்திருப்பவளும்,

அழகு மிகுந்த பருவத்தினளும் பாசம், அங்குசம், அபயம், வரதம் இவற்றைக் கரங்களில் ஏந்தியிருப்பவளும் மயில் தோகையைத் தலையில் சூடியிருப்பவளும் தளிர்மயமான ஆடையை உடுத்தியிருப்பவளும் மயில் தோகையினாலான கொடி, குடை ஆகியவற்றை உடையவளும் கரடி - சிங்கம் இவற்றின் கூட்டத்துடன் பீடத்தில் இருப்பவளும் சிறந்த அழகு உடையவளும் ஆகிய ஸ்ரீத்வரிதாதேவியை வணங்குகிறேன்.

காயத்ரி மந்திரம்

ஓம் த்வரிதாயை வித்மஹே
மகா நித்யாயை தீமஹி
தன்னோ நித்யா ப்ரசோதயாத்

பொருள்

ஸ்ரீத்வரிதாதேவியை அறிவோமாக. மகாநித்யாதேவி மீது தியானம் செய்கிறோம். நித்யாதேவியான அவள் நம்மை ஊக்கிச் செயலாற்ற வைப்பாளாக.

பலன்கள்

1. தேகத்தில் ஒளி உண்டாகும்.
2. கல்வி, செல்வம், புகழ் ஆகியவை உண்டாகும்.
3. விஷக்கடிகள் நீங்கும்.
4. லட்சுமி கடாட்சத்துடன் வாழ வழி வகுப்பாள்.
5. ஆயுள் வளரும்.

IX ஸ்ரீ குலசுந்தரி

தியானம் :

சிவப்புநிறம் உடையவளும் செந்தாமரை மலரில் வீற்றிருப் பவளும் முக்கண் உடையவளும் தலையில் பிறை நிலவைச் சூடியிருப்பவளும் கரங்களில் பவழமாலை, புத்தகம், அபய, வரத முத்திரைகளுடன் காட்சி தருபவளும் ஆகிய குல சுந்தரியை வணங்குகிறேன்.

காயத்ரி மந்திரம்

ஓம் குலசுந்தர்யை வித்மஹே
காமேஸ்வர்யை தீமஹி
தன்னோ நித்யா ப்ரசோதயாத்

பொருள்

ஸ்ரீகுலசுந்தரியை அறிவோமாக. காமேஸ்வரிதேவி மீது தியானம் செய்கிறோம். நித்யாதேவியான அவள் நம்மை ஊக்கிச் செயலாற்றச் செய்வாளாக.

பலன்கள்

1. வாக்குப் பலிதம் உண்டாக வெண்ணிறம் உடைய வளாகவும்

2. செல்வம் பெற தங்கமேனியை உடையவளாகவும்

3. விரோதிகளை வெல்ல புகைவடிவம் உடையவளாகவும்

4. எதிரிகளை வெல்ல கருநிறம் அல்லது நீலநிறம் உள்ள வளாகவும் தியானிக்க வேண்டும்.

X ஸ்ரீ நித்யா

உதயசூரியனின் பிம்பத்தைப் போல நிறம் உடையவளும் ஆறுமுகங்களும் பன்னிரண்டு கரங்களும் உடையவளும் இடப்பக்கக் கரங்களில் பாசம், ஜெபமாலை, கரும்புவில், கேடயம், சூலம், வரதம் இவற்றையும், வலப்பக்கக் கரங் களில் அங்குசம், புத்தகம், மலர்க்கணை, கத்தி, கபாலம், அபயமுத்திரை ஆகியவற்றை உடையவளும் எல்லா உயிர்களையும் அவரவர் வினைகளுக்கு ஏற்ப ஆட்டி வைப்பவளும் அணிகலன்களால் ஒளிவீசுபவளும் ஆகிய ஸ்ரீநித்யாதேவியை நெஞ்சாரப் பணிகிறேன்.

காயத்ரி மந்திரம்

ஓம் நித்ய பைரவ்யை வித்மஹே
நித்ய நித்யாயை தீமஹி
தன்மோ நித்யா ப்ரசோதயாத்

பொருள்

ஸ்ரீநித்யபைரவியை அறிவோமாக. நித்யாதேவி மீது தியானம் செய்கிறோம். நித்யாதேவியான அவள் நம்மை ஊக்கிச் செயலாற்ற வைப்பாளாக.

பலன்கள்

1. உடல் வலிமை உண்டாகும்.

2. ஆன்மீக வாழ்வு மேன்மை அடையும்.

3. அஷ்டமா சித்திகள் (எட்டுவித சித்திகள்) உண்டாகும்.

4. மகிழ்ச்சியான வாழ்க்கை அமையும்.

XI ஸ்ரீ நீலபதாகா

தியானம்

இந்திரநீலக்கல் போன்ற நிறமுடையவளும் ஐந்து முகங் களை உடையவளும் ஒவ்வொரு முகத்திலும் முக்கண் உடையவளும் ஐந்து இடக்கரங்களில் பாசம், கொடி, தாமரைமலர், வில், வரத முத்திரை ஆகியவற்றையும் ஐந்து வலக்கரங்களில் அங்குசம், கத்தி, சக்தி, ஆயுதம், பெரிய பாணம், அபயமுத்திரை ஆகியவற்றை உடையவளும் முத்து, பவழம், இரத்தினம் ஆகியவை பதிக்கப்பட்ட ஆபரணங்களை அணிந்தவளாய், பல சக்திகள் சூழ இருக்கும் ஸ்ரீநீலபதாகாதேவியை இறைஞ்சுகிறேன்.

காயத்ரி மந்திரம்

ஓம் நீலபதாகாயை வித்மஹே
மஹா நித்யாயை தீமஹி
தன்னோ நித்யா ப்ரசோதயாத்

பொருள்

ஸ்ரீ நீலபதாகாதேவியை அறிவோமாக. மகாநித்யாதேவி மீது தியானம் செய்கிறோம். நித்யாதேவியான அவள் நம்மை ஊக்கிச் செயலாற்றச் செய்வாளாக.

பலன்கள்

1. தேர்வுகளில் வெற்றி உண்டாகும்.
2. நீதிமன்ற வழக்குகளில் வெற்றி உண்டாகும்.
3. எல்லாக் காரியங்களிலும் தடை நீங்கும்.

XII ஸ்ரீ விஜயா

தியானம்

உதயகால சூரியனைப் போல ஒளியை உடையவளும் ஐந்து முகங்களைக் கொண்டவளும் ஒவ்வொரு முகத்திலும் முக்கண் உடையவளும் பத்துக் கரங்களில் சங்கு, சக்ரம், பாசம், அங்குசம், பெரிய கேடயம், பட்டாக்கத்தி, வில், அம்பு, செங்கழுநீர் பூ, மாதுளம் பழம் ஆகியவற்றை ஏந்தி இருப்பவளும் கிரீடத்தில், பிறைநிலவு ஒளிவீசும்படி இருப்பவளும் பட்டுப்பீதாம்பரம் பளபளக்க, பல சக்தி களால் சூழப்பட்டு ஒளியுடன் காட்சி தரும் ஸ்ரீ விஜயா தேவியை வணங்குகிறேன்.

காயத்ரி மந்திரம்

ஓம் விஜயா தேவ்யை வித்மஹே
மஹா நித்யாயை தீமஹி
தன்னோ நித்யா ப்ரசோதயாத்

பொருள்

ஸ்ரீ விஜயாதேவியை அறிவோமாக. ஸ்ரீ மகாநித்யாதேவி மீது தியானம் செய்கிறோம். நித்யாதேவியான அவள் நம்மை ஊக்கிச் செயலாற்றச் செய்வாளாக.

பலன்கள்

1. போரில் வெற்றி பெறலாம்.
2. தர்க்கவாதத்தில் வெற்றி பெறலாம்.
3. செல்வம், புகழ் ஆகியவற்றை அடையலாம்.

4. வெற்றிகளைப் பெற பயங்கர ரூபிணியாகப் பூஜை செய்ய வேண்டும்.

5. அன்றாட பூஜைக்கு ஸௌம்ய மூர்த்தியாகப் பூஜை செய்ய வேண்டும்.

6. மற்ற பிரயோகங்களுக்கு சுகாசனத்தில் வீற்றிருப் பவளாகப் பூஜை செய்ய வேண்டும்.

XIII ஸ்ரீ ஸர்வமங்களா

தியானம்

தங்கம் போன்ற நிறத்தை உடையவளும் சூரிய சந்திரரைக் கண்களாக உடையவளும் மாணிக்க ஆபரணங்களால் ஒளி வீசுபவளும் 32, 16, 8 தளங்கள் கொண்ட பத்மாசனத்தில் வீற்றிருப்பவளும் புன்சிரிப்புடன் காட்சி தருபவளும் வலது கரங்களில் மாதுளை மற்றும் அபய முத்திரையுடன் இருப் பவளும் இடதுகரங்களில் செல்வம் மற்றும் வரத முத்திரை கொண்டவளாய், தலையில் சிவப்பு இரத்தினங்களால் ஆன மகுடத்தை அணிந்திருப்பவளும் தங்கமயமாக விளங்கும் ஸ்ரீ ஸர்வமங்களாதேவியை வணங்குகிறேன்.

காயத்ரி மந்திரம்

ஓம் ஸ்வோம் ஓம் ஸர்வமங்களாயை வித்மஹே
சந்த்திராத்மிகாயை தீமஹி,
தந்நோ நித்யா ப்ரசோதயாத்

பொருள்

ஸ்ரீ ஸர்வமங்களாதேவியை அறிவோமாக. சந்திரனை மிஞ்சும் ஒளி உடையவள் மீது தியானம் செய்கிறோம். நித்யா தேவி யான அவள் நம்மை ஊக்கிச் செயலாற்றச் செய்வாளாக.

பலன்கள்

1. ஞானம் உண்டாகும்.
2. செல்வம் பெருகும்.
3. எங்கும் எதிலும் வெற்றி உண்டாகும்.

4. பயணத்தின்போது விபத்துக்கள் நேராது.

5. எல்லாவித மங்களங்களும் உண்டாகும்.

XIV ஸ்ரீ ஜ்வாலாமாலினி

தியானம்

பிரளயகால அக்னியைப் போன்ற காந்தியுள்ளவளும் புன்சிரிப்புடன் திகழும் ஆறுமுகங்களும் பன்னிரண்டு கரங்களும் உடையவளும் இடப்பக்கக் கரங்களில் பாசம், கத்தி, வில், கதை, சூலம், வரத முத்திரை ஆகியவற்றையும் வலப்பக்கக் கரங்களில் அங்குசம், கேடயம், பாணம், ஆமை, மழு, அபயமுத்திரை ஆகியவற்றை ஏந்தியிருப்பவளும் மூன்று கண்களை உடையவளும் ஆகிய ஸ்ரீ ஜ்வாலாமாலினி தேவியை ஜெபம் செய்கிறேன்.

காயத்ரி மந்திரம்

ஓம் ஜ்வாலா மாலின்யை வித்மஹே
மஹா ஜ்வாலாயை தீமஹி
தன்னோ நித்யா ப்ரசோதயாத்

பொருள்

ஸ்ரீ ஜ்வாலாமாலினிதேவியை அறிவோமாக. மகா ஜ்வாலா தேவி மீது தியானம் செய்கிறோம். நித்யாதேவியான அவள் நம்மை ஊக்கிச் செயலாற்றச் செய்வாளாக.

பலன்கள்

1. செல்வ வளம் பெருகும்.

2. சர்வ வசியம் உண்டாகும்.

3. கணவன், மனைவி இணக்கம் உண்டாகும்.

4. துன்பங்கள் நீங்கும்.

5. பகை விலகும்.

6. தீமை அழியும்.

XV ஸ்ரீ சித்ரா

தியானம்

பாலசூரியனைப் போல் காந்தி உள்ளவளும் சந்திரப் பிறையைச் சூடியவளும் அழகிய முகம் உடையவளும் பாசம், அங்குசம், வரதம், அபயமுத்திரை ஆகியவற்றைத் தரித்தவளும் பலவித வண்ணப் பட்டாடைகளை உடுத்தியிருப்பவளும் முக்கண் உடையவளும் ஆகிய ஸ்ரீ சித்ராம்பிகாதேவியை சிந்தையில் பூஜை செய்கிறேன்.

காயத்ரி மந்திரம்

ஓம் விசித்ராயை வித்மஹே

மஹா நித்யாயை தீமஹி

தன்னோ நித்யா ப்ரசோதயாத்

பொருள்

ஸ்ரீவிசித்ராதேவியை அறிவோமாக. மகாநித்யாதேவி அவள் மீது தியானம் செய்கிறோம். நித்யாதேவியான அவள் நம்மை ஊக்கிச் செயலாற்றச் செய்வாளாக.

பலன்கள்

1. பொன், பொருள் சேர்க்கை உண்டாகும்.

2. தன லாபங்கள் கிடைக்கும்.

3. சகல சம்பத்துக்களும் கிடைக்கும்.

4. எல்லா நலன்களும் உண்டாகும்.

5. புதையல் கிடைக்கவும் வாய்ப்புண்டு.

XVI ஸ்ரீ மகாநித்யா

தியானம்

எல்லாம் தானேயாகவும் தனக்குமேல் ஒருவர் இல்லாத வளாகவும் இரண்டற்றவளும் ஜோதிரூபமானவளும் கருணா மூர்த்தியாக விளங்கும் ஸ்ரீ லலிதாபரமேஸ்வரியாய், பாசம், அங்குசம், கரும்புவில், மலரம்பு, இவற்றை கரங்களில் தரித்து 16 கலைகளுடன் கூடி எப்போதும் பிந்துஸ்தானத்தில் பிரகாசிப்பவளாய், ஸ்ரீ மகாதிரிபுரசுந்தரி என்ற பெயருடன் விளங்குபவளும் தன்னைச் சுற்றிலும், 15 நித்யாதேவிகளால் எப்போதும் சூழப்பட்டு விளங்கும் மகாநித்யாதேவியை மனம், மொழி, மெய் ஆகியவற்றால் சிந்தித்து அடி பணிகிறேன்.

காயத்ரி மந்திரம்

ஓம் ஸ்ரீம் ஹ்ரீம் க்ளீம் ஐம்ஸௌ
ஓம் ஹ்ரீம் ஸ்ரீம் க்ரஈ லஹ்ரீம்
ஹஸகஹலஹ்ரீம் / ஸகலஹ்ரீம்
ஸௌ / ஐம் க்ளீம் ஹ்ரீம் ஸ்ரீம் ஓம்

பலன்கள்

1. சகலபோகங்களும் கிடைக்கும்.

2. முக்தி கிட்டும்.

3. கேட்டது கிடைக்கும்.

4. நினைத்தது நடக்கும்.

5. நலம் உண்டாகும்.

XVII ஸ்ரீ மகாவராஹி (பகளாமுகி)

தியானம்

பஞ்சமி, தண்டனி, தண்ட நாதை ஆகிய பெயர்களை உடையவளாய், ஸ்ரீ லலிதாதிரிபுரசுந்தரியின் படைத் தளபதியாய் விளங்குபவளும் மஞ்சள்நிறத்தில் ஆபரணங் களை அணிந்தவளாய், கரங்களில் கத்தி, தண்டம், மதுபானம், கோடாரி, அபய, வர முத்திரைகளைத் தரித்தவளாய், காட்டுப்பன்றிகளால் இழுக்கப்பட்டு, ஐந்து தட்டுகள் கொண்ட தேரில் வருபவளாய், வலிமைமிக்க உடலைக் கொண்டவளாய், பவனி வரும் மகாவராஹி தேவியை மனதால் நினைத்து வணங்குகிறேன்.

காயத்ரி

ஓம் வாராஹ்யை வித்மஹே

ரத்னேஸ்வர்யை தீமஹி

தன்னோதேவி ப்ரசோதயாத்

பொருள்

ஸ்ரீ வாராஹ்யைதேவியை அறிவோமாக. ஸ்ரீ ரத்னேஸ்வரி தேவியான அவள் மீது தியானம் செய்கிறோம். தேவியான அவள் நம்மை ஊக்கிச் செயலாற்றச் செய்வாளாக.

பலன்கள்

1. மஞ்சள்நிற ஆடை அணிந்து மஞ்சள்நிற மணி மாலையைக் கொண்டு ஸ்ரீ வாராஹியை ஜெபிக்க வேண்டும்.

2. சதாசிவனின் அனுக்கிரகசக்தியான இவள் இடி, மின்னல், பூகம்பம், விபத்து ஆகியவற்றில் இருந்து காக்கிறவள்.

3. பாம்பு, தேள், கொடிய மிருகங்கள் மூலம் ஏற்படும் இன்னல்களைப் போக்குபவள்.

4. பகைவரை அழிப்பவள்.

5. ஞானத்தைத் தருபவள்.

XVIII ஸ்ரீசியாமளா (ராஜமாதாங்கி)

தியானம்

ரத்தினமயமான ஆசனத்தில் அமர்ந்து, ஒரு காலைத் தாமரையில் வைத்திருப்பவளும் புள்ளிகளுடன் கூடிய சிவப்பு நிறமான ஆடை அணிந்தவளும் பிறைநிலவைத் தலையில் சூடியிருப்பவளும் வீணையைக் கரங்களில் வைத்து வாசிப்பவளும் மாசற்ற நீலோத்பவ மலர் மொட்டைக் காதில் அணிந்தவளாய், செங்கழுநீர் மலர்மாலை அணிந்தவளான மகாசியாமளாதேவியை வந்திக்கிறேன்.

காயத்ரி மந்திரம்

ஓம் மாதாங்கின்னயை வித்மஹே

ரத்னேஸ்வர்யை தீமஹி

தன்னோ தேவி ப்ரசோதயாத்

பொருள்

ஸ்ரீ மாதாங்கினிதேவியை அறிவோமாக. ஸ்ரீ ரத்னேஸ்வரி தேவி அவள் மீது தியானம் செய்கிறோம். ஸ்ரீ தேவியான அவள் நம்மை ஊக்கிச் செயலாற்றச் செய்வாளாக.

பலன்கள்

1. இவள் வாக்தேவி புத்திக்கு அதிபதி. இவளை வழி பட்டால் ஞானம் உண்டாகும்.

2. கல்வி, கலை, இசை ஆகியவற்றில் சிறந்து விளங்குவோம்.

3. உலகியல் இன்பத்திலேயே பேரின்பம் காணலாம்.

15 நித்யாதேவிகளுடன் திரிபுரசுந்தரியையும் சேர்த்து 16 தேவதைகள் உள்ளனர். இந்த 16 வகை தேவதைகளுக்கு 'கபாகமப் பஞ்சகம்' என்று பெயர். இந்த திதி நித்யா தேவிகள் பராக்கிரமம் பொருந்தியவர்கள். இவர்கள் தேவியின் விருப்பத்தை நிறைவேற்றுவதில் கண்ணும் கருத்துமாக இருப்பவர்கள்.

காலரூபிணியாக விளங்கும் மேற்கண்ட ஸ்ரீ நித்யா தேவிகளை அந்தந்தக் குறிப்பிட்ட திதிகளில் வணங்கிப் பூஜை செய்தால் சிறப்பான பலன்கள் உண்டாகும். இவர்களுடன் ஸ்ரீ வாராகி, ஸ்ரீ ராஜமாதங்கி ஆகியோரையும் ஆராதனை செய்தால் சிறப்பான பலன்கள் உண்டாகும்.

நித்யாதேவிகளின் ஆராதனை பிரதமை முதல் பௌர்ணமி வரை அப்பிரதக்ஷிணமாகவும் திரும்பவும் அடுத்த பிரதமை முதல் அமாவாசை வரை பிரதக்ஷிணமாகவும் பூஜைசெய்து வரவேண்டும்.

பஞ்சகவ்யம்

மகா மேரு சிலை செய்யப்பட்டவுடன் அந்தச் சிலையைப் புனிதப்படுத்த வேண்டும். பசுவின் பால், தயிர், நெய், கோமியம் (பசுவின் மூத்திரம்), சாணம் ஆகிய ஐந்து பொருட்களையும் ஒன்று சேர்த்தால் 'பஞ்சகவ்யம்' எனப்படும். இந்தப் பஞ்சகவ்யத்தால் சிலைகளை முதலில் அலம்பிச் சுத்தம் செய்ய வேண்டும். பின்னர் மஞ்சள் நீரால் சுத்தப்படுத்த வேண்டும்.

அபிஷேகம்

மேற்கண்டவாறு புனிதப்படுத்திய பிறகு மகாமேரு சிலைக்கு நல்லெண்ணெய் தடவ வேண்டும். இதற்கு எண்ணெய் காப்புச் சாத்துதல் என்று பொருள். பின்னர் சுத்தமான நீரால் அபிஷேகம் செய்ய வேண்டும். அதைத் தொடர்ந்து எலுமிச்சம்பழம், பால், தயிர், நெய், தேன், இளநீர், விபூதி, சந்தனம், கதம்பப்பொடி, பன்னீர், பஞ்சாமிருதம், ஆகிய பொருட்களைக் கொண்டு தனித்தனியாக அபிஷேகம் செய்ய வேண்டும். பின்னர் கலசநீரால் அபிஷேகம் செய்ய வேண்டும்.

பலவிதப் பொருட்களால் அபிஷேகம் செய்வதால் சிலையில் மின் கடத்தும் திறன் மாறுபடுகிறது. சிலையில் இருந்து ஆற்றல் பக்தர்களுக்குத் தொடர்ந்து கிடைத்துக்கொண்டே இருக்கிறது.

மகாமேரு
வழிபாட்டுமுறை

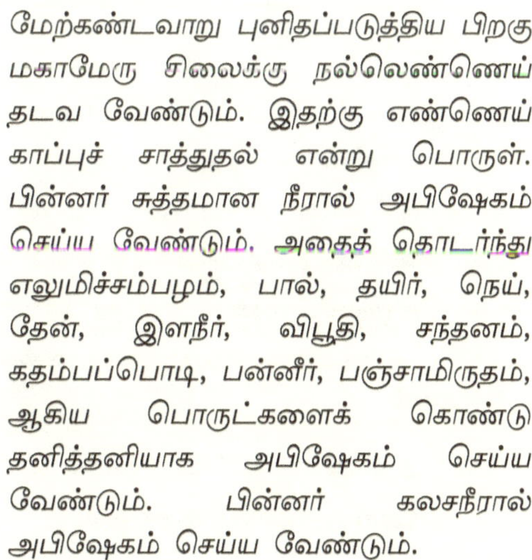

அலங்காரம் செய்தல்

அபிஷேகம் செய்யப்பட்ட பிறகு நல்ல வெள்ளைத் துணி
யால் துடைத்துப் பின்னர் மகாமேருசிலைக்கு அலங்காரம்
செய்ய வேண்டும். பட்டுத்துணியை அணிவிக்கலாம்.
ஆபரணங்களை அணிவித்து அழகுபடுத்தலாம். வாசனைத்
திரவியங்களைப் பூசலாம். பின்னர் திலகம் இட்டு வாசனை
மலர்களால் அலங்காரம் செய்ய வேண்டும்.

பிராணப் பிரதிஷ்டை

நல்ல முறையில் அலங்காரம் செய்யப்பட்ட மகாமேரு
சிலைக்குப் பிராணப்பிரதிஷ்டை செய்ய வேண்டும். சிலை
களுக்கு உயிர் கொடுப்பதற்குப் பெயர் 'பிராணப்
பிரதிஷ்டை' என்று பெயர். மகாமேருவில் தேவதையை
தியானித்துப் பிராணப் பிரதிஷ்டை பின்வருமாறு செய்ய
வேண்டும்.

1. அஸ்ய ஸ்ரீ ப்ராணப்ரதிஷ்ட்டா மஹா மந்த்ரஸ்ய |
   ப்ரஹ்ம - விஷ்ணு - மஹேச்வரா ருஷய: |
   ருக் - யஜுஸ் - ஸாமாதர்வாணிச்சந்தாம்ஸி |
   ஸகல - ஜகத்ஸ்ருஷ்டிஸ்திதி - ஸம்ஹார -
   காரிணீ ப்ராணசக்தி: பரா தேவதா
   ஆம் - பீஜம் | ஹ்ரீம் - சக்தி:ந க்ரோம் - | க்ரோம்
கீலகம்

2. ஆம் அங்குஷ்ட்டாப்ப்யாம் நம:
   ஹ்ரீம் தர்ஜனீப்ப்யாம் நம:
   க்ரோம் - மத்த்யமாப்ப்யாம் நம:
   ஆம் அநாமிகாப்ப்யாம் நம:
   ஹ்ரீம் - கணிஷ்டிகாப்ப்யாம் நம:
   க்ரோம் - கரதல - கரப்ருஷ்டாப்ப்யாம் நம:

3. ஆம் - ஹ்ருதயாயை நம:

ஹ்ரீம் சிரெஸே ஸ்வாஹா

க்ரோம் - சிகாயை வஷட்

ஆம் - கவசாய ஹும்

ஹ்ரீம் - நேத்ரத்ரயாய வெளஷட்

4. பூர்ப்புவஸ்ஸுவரோமிதி திக்பந்த:

த்யானம்

ரக்தாம் போதிஸ்த - போதோல்லஸத்ருண
ஸரோஜாதிருடா கராப்ஜை:
பாசம் கோதண்ட - மிக்ஷூத்பவமளிகுண
மப்யங்குசம் பஞ்சபாணான்
பிப்ராணஸ்ருக் கபாலம் த்ரி நயன
லஸிதா பீநவக்ஷோருஹாட்யா
தேவி பாலர்க்க - வர்ணபவது ஸுக்கரீ
ப்ராணசக்திர் பரா ந:

5. லம் - ப்ருதிவ்யாத்மிகாயை கந்தம் ஸமர்ப்பயாமி

ஹம் - ஆகாசாத்மிகாயை புஷ்பம் ஸமர்ப்பயாமி

யம் - வாய்வாத்மிகாயை துபமாக்ராபயாமி

ரம் - அக்ன்யாத்மிகாயை தீபம் தர்சயாமி

வம் - அம்ருதாத்மிகாயை அம்ருதம் மஹா

 நைவேத்யம் நிவேதயாமி

ஸம் - ஸர்வாத்மிகாயை ஸர்வோபசார

பூஜாம் ஸமர்ப்பயாமி

6. ஆம் - ஹ்ரீம் - க்ரோம் - க்ரோம் - ஹ்ரீம் ஆம் |

யரலவ சஷஸ் ஹோம் - ஹம்ஸ:

ஸோஹம் ஸோஹம் ஹம்ஸ: | அஸ்யாம்

மூர்த்தௌ ஜீவஸ்திஷ்டததது | அஸ்யாம் மூர்த்தௌ

ஸர்வேந்த்ரியாணி மனஸ்தவக் சக்ஷூ

ச்ரோத்ர ஜிஹ்வா - க்க்ராண - வாக் - பாணி - பாத -

பாயூபஸ்த்தாக்க்யானி ப்ராணபான-வ்யானோதான
ஸமானாச்சாகத்ய ஸுகம் சிரம்
திஷ்ட்டந்து ஸ்வாஹா

7. அஸுநீதே புனரஸ்மாஸு சக்ஷு: புன:
ப்ரணமிஹ நோ தேஹி போகம்
ஜ்யோக் பச்யேம ஸுர்ய-முச்சரந்த
மனுமதே ம்ருளயா ந: ஸ்வஸ்தி
ஆவாஹிதா பவ | ஸ்த்தாபிதா பவ |
ஸந்நிஹி தா பவ | ஸந்நிருத்தா பவ |
அலகுண்டிதா பவ | ஸுப்ரீதா பவ |
ஸுப்ரஸன்னோ பவ | ஸுமுகோ பவ |
வரதா பவ | ப்ரஸீத ப்ரஸீத
தேவி ஸர்வஜகந்நாயிகே யாவத்
பூஜாவஸானகம் | தாவத் தவம் ப்ரீதியாவேன
பிம்பேஸ்மின் ஸந்நிதிம் குரு |

பின்னர் வேதமந்திரங்களைச் சொல்லி யாகம் வளர்த்து
ஆவாஹனம் செய்ய வேண்டும்.

நிவேதனம்

பால், பாயசம், அவல், கடலை, சுண்டல், உழுந்தவடை,
கேசரி, சர்க்கரைப்பொங்கல், வெண்பொங்கல், புளிசாதம்,
தயிர்சாதம், இனிப்பு வகைகள், பஞ்சாமிருதம் போன்ற
பொருட்களைப் பிரசாதமாக வைத்து நிவேதனம் செய்ய
லாம். நிவேதனப் பொருள்களில் தெய்வீக காந்த சக்தி
பூஜையின்போது உண்டாகிறது. இதனால் நிவேதனப்
பொருளுக்குத் தனி மணமும் ருசியும் உண்டாகிறது.

மந்திரங்கள்

வேதங்கள் மந்திரரூபத்தில் விளங்குகின்றன. ஆகமங்கள்
தந்திர வடிவிலும், யந்திரங்கள் சக்ரங்களின் உருவிலும்
அமைந்துள்ளன. வேதங்களின் வடிவமான அந்த வேத

நாயகன் அருளியவைதான் வேதங்கள். ஆசுரவடிவம் கொண்டு அவனருளிச் செய்தவைதான் ஆகமங்கள். சக்ர வடிவங்களாகவும் அவன் நமக்குக் காட்சி தருகிறான்.

எனவே இறைவழிபாட்டுக்குத் துணை நிற்பவை மந்திரங்கள் ஆகும். இறைவனின் பலவித நாமங்களே மந்திரங்களாக இருக்கின்றன. மேலும் இறைவனின் புகழ் கூறும் மந்திரங்கள் உள்ளன. அர்ச்சனை மந்திரங்களும் சுலோகங்களும் நமக்கு மந்திர சித்தியை அளிக்கின்றன.

நாம் உச்சரிக்கும் மந்திரம் ஸ்ரீ சக்ரம் அல்லது சிலையில் பட்டு நமக்கே அருளாகத் திரும்பி வரும். மந்திரத்தைத் தொடர்ந்து சொல்லச் சொல்ல அம்பாளின் அருட்பார்வை நம் மீது விழும். இதனால் நாம் நினைத்ததை அம்பாள் நிறைவேற்றி வைப்பாள்.

ஸ்ரீ சக்ர வழிபாட்டு முறைகளை முழுமையாகக் கடைப்பிடிக்கத் தெரியாத பாமரர்களும் இருக்கக்கூடும். அவர்களும் ஸ்ரீ சக்ரவழிபாடு செய்ய விரும்புவது இயற்கையேயாகும். அதற்கான எளிய வழிபாட்டுமுறை கீழே தரப்பட்டுள்ளது.

முதலில் ஸ்ரீ சக்ரத்தை ஒரு பீடத்தில் வைக்க வேண்டும். பின்னர் விளக்கேற்றி வைத்து வழிபாட்டைத் தொடங்க வேண்டும். முதலில் கீழ் கண்ட தமிழில் உள்ள விநாயகர் துதியைச் சொல்ல வேண்டும்.

விநாயகர் துதி

ஐந்து கரத்தனை யானை முகத்தனை

இந்து இளம்பிறை போலும் வயிற்றினை

நந்தி மகன்தனை ஞானக்கொழுந்தினை

புந்தியில் வைத்தபடி போற்றுகின்றேனே

குரு வணக்கம்

பின்னர் 'குரு வாழ்க, குருவே துணை' என்று குருவணக்கம் செய்ய வேண்டும்.

அபிஷேகம்

பின்னர் சுத்த நீரால் ஸ்ரீசக்ரத்திற்கு அபிஷேகம் செய்து, கற்பூரதீபம் காட்ட வேண்டும். தொடர்ந்து தேன், பால்,

எளிய வழிபாட்டுமுறை மற்றும் பூஜையின் பலன்கள்

தயிர் போன்றவற்றை ஒன்றன் பின் ஒன்றாக அபிஷேகம் செய்ய வேண்டும். ஒவ்வொரு அபிஷேகத்திற்கு இடையிலும் கற்பூர தீபம் காட்ட வேண்டும்.

அபிஷேகம் செய்யும்போது மந்திரங்களை அறியாதவர்கள் அபிராமி அந்தாதியையோ, திருக்கடவூர் அபிராமி ஸ்தோத்திரத்தையோ கூறலாம்.

அர்ச்சனை

பின்னர் சுத்தமான வெள்ளைத்துணியால் ஸ்ரீசக்ரத்தை ஒத்தி எடுக்க வேண்டும். அதன் பிறகு குங்குமத்தால் அர்ச்சனை செய்ய வேண்டும். அர்ச்சனை மந்திரங்கள் ஏற்கெனவே 15-வது அத்தியாத்தில் உள்ளபடி கூறலாம். அதில் சிரமம் இருக்காது.

நிவேதனம்

பின்னர் பயத்தம் பருப்பு பாயசம், வெற்றிலைபாக்கு, பழம் ஆகியவற்றைப் படைத்து, தூபம் காட்டி நிவேதனம் செய்ய வேண்டும்.

கற்பூர ஆரத்தி

நிறைவாகக் கற்பூர ஆரத்தி காட்ட வேண்டும். அப்போது நித்தியாதேவிகளின் காயத்ரி மந்திரங்களைச் சொல்லலாம். கற்பூரதீபம் மலையேறிய பிறகு பிரசாதத்தை விநியோகிக்கலாம்.

இவ்வாறு எளியமுறையிலும் ஸ்ரீசக்ரவழிபாடு செய்யலாம்!

சக்ரபூஜை அல்லது மகாமேரு பூஜை செய்வதால் உண்டாகும் நன்மைகளைப் பின்வருமாறு வரிசைப்படுத்தலாம்.

1. மனத்தை ஒருமுகப்படுத்தலாம்.
2. உலக இயக்கத் தத்துவத்தை அறியலாம்.
3. மகிழ்ச்சி உண்டாகும்.
4. பகைவர்கள் விலகுவர்.

5. விஷப் பூச்சிகளால் ஆபத்து ஏற்படாது.

6. சகல வியாதிகளும் நீங்கும்.

7. முகத்தில் பொலிவு ஏற்படும்.

8. சித்திகள் உண்டாகும்.

9. ஆபத்துக்கள் ஏற்படாது.

10. கல்வி, செல்வம், ஆயுள், ஆரோக்கியம், சக்தி, பலம், புகழ் உண்டாகும்.

11. நன் மக்கட்பேறு உண்டாகும்.

12. பிரம்மத்தை அறியலாம்.

13. மன நிறைவு ஏற்படும்.

14. குடும்பத்தில் ஒற்றுமை உண்டாகும்.

15. முதுமையிலும் நிம்மதியான வாழ்வு உண்டாகும்.

16. மக்களிடம் செல்வாக்கு உண்டாகும்.

17. பிள்ளைகள் பெற்றோர் சொற்கேட்டு நடப்பார்கள்.

18. நிகரற்றவர் என்ற பெருமை உண்டாகும்.

19. உள்ளத்தில் ஒளி உண்டாகும்.

20. வாக்கு பலிதம் உண்டாகும்.

21. கல்வி கேள்விகளில் சிறந்து விளங்கலாம்.

22. மாணவர்கள் தேர்வுகளில் வெற்றி பெறுவார்கள்.

23. காரியத் தடை நீங்கும்.

24. தர்க்கவாதத்தில் வெற்றி பெறலாம்.

25. ஞானம் உண்டாகும்.

26. எடுத்த காரியம் யாவிலும் வெற்றி உண்டாகும்.

27. இல்லறம் இனிமையாக அமையும்.

28. கவித்துவம் உண்டாகும்.

29. எழுத்தாற்றல், பேச்சாற்றல் வளரும்.

30. விருப்பங்கள் நிறைவேறும்.

31. எதிர்காலத்தை அறியும் பாக்கியம் கிட்டும்.

32. உடல் வலிமை, மனவலிமை உண்டாகும்.

33. வேலை கிடைக்காதவர்களுக்கு வேலை கிடைக்கும்.

34. திருமணத் தடைகள் நீங்கும்.

35. பிரிந்திருந்த கணவன் மனைவி ஒன்று சேருவார்கள்.

36. இறுதிக் காலம் அமைதியாக இருக்கும்.

1. மாங்காட்டில் காமாட்சி சக்ர வடிவாகவே விளங்குகிறாள். அங்கு ஒரு மேடை மீது ஒன்றரை மீட்டர் சதுரப் பரப்புள்ள ஸ்ரீசக்ரம் உள்ளது.

2. காஞ்சிபுரம் காமாட்சியம்மனின் முன்புறத்தில் ஸ்ரீசக்ரம் ஒரு தொட்டி போன்ற அமைப்பிற்குள் நிலைப் படுத்தப்பட்டுள்ளது. இது ஆதிசங்கரரால் நிறுவப்பட்டது என்ற கருத்து உண்டு.

3. ராமேஸ்வரம் பர்வதவர்த்தனி சந்நிதியில் சிருங்ககிரி சங்கராச் சாரியாரால் அளிக்கப்பட்ட தங்கத் தாலான ஸ்ரீ சக்ரம் உள்ளது.

ஸ்ரீ சக்ரம்,
மகாமேரு
அமைந்துள்ள
இடங்கள்!

4. திருவொற்றியூர் தியாகராயர் திருக் கோயிலில் வட்டப்பாறை அம்மன் சந்நிதியில் ஸ்ரீசக்ரம் பிரதிஷ்டை செய்யப்பட்டுள்ளது.

5. சென்னை ஸ்ரீ காளிகாம்பாள் ஆலய மூலஸ்தானத்தில் ஸ்ரீ அர்த்தமேரு பிரதிஷ்டை செய்யப்பட்டுள்ளது.

6. சென்னை திருவல்லிக்கேணி அனுமந்தலாலா தெருவில் உள்ள ஸ்ரீ காமகலாகாமேஸ்வரி சந்நிதியில் சிந்தாமணி சிகரம் அமைத்து அம்மன் திரியங்க (முக்கோணம்) வடி வத்தில் அமைக்கப்பட்டுள்ளது.

7. சென்னை ராஜாஜிஹால் அருகில் உள்ள இஷ்டலிங்கேஸ்வரர்

ஆலயத்தில்   ஸ்ரீமகாமேரு   பிரதிஷ்டை   செய்யப்
பட்டுள்ளது.

8. சென்னை நுங்கநல்லூர் ஸ்ரீ ராஜராஜேஸ்வரி ஆலயத்தில்
    ஸ்ரீசக்ரம் அமைத்து 16 படிகளும் அமைத்துள்ளனர்.

9. சென்னை பரங்கிமலை, ஆண்டாள் நகர், புவனேஸ்வரி
    ஆலயத்தில் ஸ்ரீ மகாமேரு அமைக்கப்பட்டுள்ளது.

10. சென்னை   கில்நகரில்   உள்ள   ஸ்ரீ சத்தியநாராயணா
    ஆலயத்தில்   ஸ்ரீமகாமேரு   பிரதிஷ்டை   செய்யப்
    பட்டுள்ளது.

11. சென்னை   ஏகாம்பரேஸ்வரர்   ஆலயத்தில்   பிராகார
    சன்னதியில் ஸ்ரீ மகாமேரு அமைந்துள்ளது.

12. சென்னை   வளசரவாக்கம்,   சிந்தாமணி   விநாயகர்
    ஆலயத்தில் ஸ்ரீ ராஜேஸ்வரி சந்நிதியில் கருங்கல்லால்
    ஆன ஸ்ரீ மகாமேரு பிரதிஷ்டை செய்யப்பட்டுள்ளது.

13. சென்னை தாம்பரம் அருகில் உள்ள மாடம்பாக்கம்
    ஸ்ரீரேணுகாம்பாள் ஆலயத்தில் ஸ்ரீசக்ரம் அமைந்துள்ளது.

14. சென்னை மயிலை பட்டு கோலவிழிஅம்மன் மடத்தில்
    ஸ்ரீ மகாமேரு பிரதிஷ்டை செய்யப்பட்டுள்ளது.

15. சென்னை அம்பத்தூர் கள்ளிக்குப்பம், கெங்கைநகர், புவனேஸ்வரி ஆலய பீடத்தில் 2 அடியில் ஸ்ரீ மகாமேரு கருங்கல்லில் அமைந்துள்ளது.

16. சென்னை திருவள்ளூரை அடுத்த திருப்பாச்சூர் வாசீஸ்வரர் ஆலயத்தில் ஸ்ரீ சக்ரம் அமைந்துள்ளது.

17. கும்பகோணத்தில் பாஸ்கரராயபுரத்தில் ஸ்ரீ ஆனந்தவல்லி சந்நிதியில் ஸ்ரீசக்ரம் பிரதிஷ்டை செய்யப்பட்டுள்ளது.

18. திருவண்ணாமலை ஸ்ரீ ரமணாஸ்ரமத்தில் ஸ்ரீசக்ரமேடு சந்நிதி உள்ளது.

19. குற்றாலம் குற்றாலீஸ்வரி ஆலயத்தில் ஸ்ரீ மகாமேரு அமைக்கப்பட்டுள்ளது.

20. சென்னை தாம்பரம் - படப்பை வழியாகக் காஞ்சிபுரம் செல்லும் சாலையில் அமைந்துள்ளது ஸ்ரீ நகரம். இங்கு மகாமேரு தியான நிலையம் உள்ளது. இங்கு ஸ்ரீ வித்யா தந்திர முறைப்படி முறையாக நித்யாதேவிகள் மற்றும் ஸ்ரீவாராஹி, ஸ்ரீ ராஜமாதங்கி ஆகியவை நிறுவப்பட்டு பூஜிக்கப்படுகிறது.

21. அமெரிக்காவில் ஸ்ரீ சக்ரம்

அமெரிக்காவில் பென்ஸில்வேனியா ஸ்டிரௌட்ஸ்பர்க்கில் ஸ்ரீராஜராஜேஸ்வரி பீடத்தில் ஸ்ரீ சக்ரம் பிரதிஷ்டை செய்ய பட்டுள்ளது. இப்பீடத்தை ஏற்படுத்திய அமெரிக்க மாது 'மகா மண்டலேஸ்வரி ஸ்வாமி லக்ஷ்மி தேவ்யாஸ்ரம்' என்ற பெயரை வைத்துக்கொண்டு இந்து மத ஆன்மீகச் செல்வத்தை அமெரிக்காவில் பரப்பி வந்தார். இவர் சிறுமியாக இருந்தபோதே தெய்வசிந்தனையில் ஈடுபட்டவர்.

பொகோனோ குன்றுகளுக்கு இடையே இந்த ஆஸ்ரமத்தை ஏற்படுத்தினார். யோகம், தியானம் ஆகியவற்றைக் கற்றுக் கொடுத்து வந்தார். 1981 ஜூலை 19-ம் தேதி காலை 3.30க்கு இவர் முக்தியடைந்தார். இவரது சிஷ்யைகள் இவரைத் தொடர்ந்து மண்டலேஸ்வரியாக இருந்து வருகிறார்கள்!

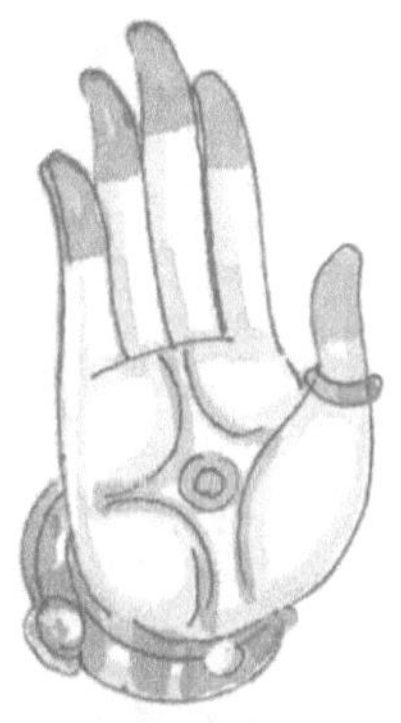

இன்பமே சூழ்க...
எல்லோரும் வாழ்க!